श्री साईनाथचरित्र

दिलीपराज प्रकाशन प्रा. लि.™

२५१ क, शनिवार पेठ, पुणे - ४११०३०.

दिलीपराज प्रकाशनाची सर्व पुस्तके आता आपण **Online** खरेदी करू शकता.

आमच्या **Website** ला कृपया एकदा अवश्य भेट द्या. अथवा **Email** करा.

Email - diliprajprakashan@yahoo.in

www.diliprajprakashan.in

श्री साईनाथचरित्र

डॉ. निशिकान्त श्रोत्री

दिलीपराज प्रकाशन प्रा. लि.™
२५१ क, शनिवार पेठ, पुणे - ४११०३०.

ISBN : 978 - 93 - 5117 - 071 - 6

प्रकाशक । राजीव दत्तात्रय बर्वे । मॅनेजिंग डायरेक्टर
दिलीपराज प्रकाशन प्रा. लि. । २५१ क, शनिवार पेठ,
पुणे ४११०३०.
दूरध्वनी क्रमांक (फॅक्ससहित)
२४४७१७२३ । २४४८३९९५ । २४४९५३१४

© प्रकाशकाधीन

डॉ. निशिकान्त श्रोत्री
४०/१अ, कर्वे रस्ता, पुणे ४११००४.
दूरध्वनी २५४३३२३३, Email-nishikants@gmail.com
भ्रमणध्वनी ९८९०११७७५४.

मुद्रक । Repro India Ltd,
Mumbai.

प्रथमावृत्ती । १५ फेब्रुवारी २०१६

प्रकाशन क्रमांक । २२१२

अक्षरजुळणी । सौ. मधुमिता राजीव बर्वे
पितृछाया मुद्रणालय । ९०९, रविवार पेठ
पुणे ४११००२.

मुद्रितशोधन । श्रीकृष्ण दीक्षित

मुखपृष्ठ । सागर नेने

भगवान श्री साईनाथांचे
चरणी सादर अर्पण

म नो ग त

इसवी सनाच्या एकोणिसाव्या शतकाच्या मध्यात शिर्डीमध्ये साईबाबा बालरूपात प्रकट झाले, ते शिर्डीचे दैवत बनून गेले. आज मितीला हेच शिर्डीचे दैवत केवळ भारत देशाचेच नव्हे, तर संपूर्ण जगताचे दैवत झाले आहे. पाश्चिमात्य देश असोत वा पौर्वात्य देश— सगळीकडेच साईबाबा पूजिले जातात.

साईबाबा देव आहेत की नाहीत, या वादात मला पडायचे नाही. किंबहुना, त्यावर वाद घालायची माझी पात्रताही नसावी. तथापि, आयुष्यात श्री साईबाबांनी ज्या काही अनुभूती दिल्या, त्यांवरून त्यांच्या दैवत्वाविषयी माझ्या मनात तरी यत्किंचितही आशंका नाही. चमत्कार हे काही दैवत्वाचे परिमाण नाही; समाजात घडवून आणलेले आमूलाग्र परिवर्तन हा त्याचा एक निकष होऊ शकतो. याबरोबरच प्रत्येक व्यक्तीला त्याच्यात होत असलेले परिवर्तन जेव्हा जाणवू लागते, त्याला कारणीभूत असलेल्या व्यक्तीची अंतर्बाह्य ओळख पटते; तेव्हा ती व्यक्ती सामान्य नसून परमेश्वराचा अवतार आहे याची त्याला जाणीव होते.

वास्तविक, प्रत्येक व्यक्तीच्या देहाचा स्वामी असलेला आत्मा हा परमेश्वराचाच अंश आहे, असे अध्यात्म शिकविते. ऋग्वेदातील कोशविस्तारात परमेश्वर आणि देव यांतील फरक अतिशय मर्मज्ञतेने व विस्ताराने उलगडून दाखविला आहे; आणि आज जगात बहुतांश शास्त्रज्ञांनी तो स्वीकारला आहे. त्यातूनच आपल्याला मूळ वैश्विक चैतन्य म्हणजे परमेश्वर,

याची जाणीव होते. परमेश्वराचे वर्णन-निर्गुण निराकार असे का केले आहे, ते यावरून स्पष्ट होते. जेव्हा हे संपूर्ण चैतन्य देह धारण करते, तेव्हा आपण त्याला परमेश्वराचा अवतार म्हणतो.

भगवान श्री साईबाबांना याच निकषाने परमेश्वरी अवतार संबोधले जाते. त्यांनी जरी स्वत:ला अनल हक्क म्हणजे परमेश्वराचा प्रेषित म्हटले असले, तरी त्यांच्या भक्तांना आलेल्या अनुभूतींवरून ते जीझस ख्राइस्टसारखेच केवळ प्रेषित नसून अवतार आहेत याची जाणीव होते. सर्वज्ञ, सर्वव्यापित्व, सर्वसमावेशक इत्यादी परमेश्वराच्या वैशिष्ट्यांचे त्यांच्यात दर्शन होते.

कलियुगातील भगवान दत्तात्रेयांच्या अर्वाचीन अवतारांतील प्रथमावतार श्री श्रीपाद वल्लभ यांनी सुमारे साडेसातशे वर्षांपूर्वी श्री. शंकर भट यांना पाचारण केले होते आणि त्यांना आपले चरित्र कथन करून ते ग्रंथबद्ध करावयाचा आदेश दिला होता. त्या ग्रंथात आपण एकोणिसाव्या शतकात रामभक्त हनुमानामध्ये अवतारित होऊन शिर्डी येथे साईबाबांच्या रूपाने जन्म घेऊ, असे हनुमानास स्पष्टपणे सांगितल्याचा उल्लेख आढळतो. (श्रीपाद श्री वल्लभ चरित्रामृत, अध्याय ४५.)

आपल्या दैवताने त्यांचे चरित्र गीतरूपात रचून ग्रंथित करण्यासाठी आपली निवड करावी, यापेक्षा वेगळे थोर भाग्य ते कोणते! प्रस्तुत गीतरचनांसाठी मी प्रामुख्याने श्रेष्ठ साईभक्त हेमांडपंत ऊर्फ गोविंद रघुनाथ दाभोलकर रचित श्री साईसच्चरित्र या पोथीचा प्रामुख्याने संदर्भ घेतला आहे. तथापि, ज्या उन्मनी अवस्थेत या गीतांची रचना झाली, त्यावरून हे कार्य प्रत्यक्ष साईबाबांनीच कार्यान्वित केलेले असून मी केवळ कारणमात्रच आहे, याची मला पूर्णत: जाणीव आहे. अन्यथा, अनेक वर्षे हे कार्य हाती घेण्याचे मनात असूनसुद्धा ते होऊ नये आणि प्रकृतीच्या अतिशय गंभीर अवस्थेत, डोळ्यांनी धड दिसत नसतानादेखील ते हातून घडावे याचा काय वेगळा अन्वयार्थ लावणार? या कार्याला मला सुप्रसिद्ध संगीतकार कै. विलास आडकर यांनी दिलेली प्रेरणा नमूद न केल्यास ती कृतघ्नता ठरेल.

श्री साईचरित्र कोणत्याही स्वरूपात असो; त्याचे पठण, श्रवण वा गायन हे सदैव पुण्यदायीच असते, असे खुद्द साईबाबांनी त्यांच्या हेमांडपंत रचित श्री साईसच्चरित्रात प्रतिपादन केलेले आहे.

चरित्र श्रवणे पातकांचा ऱ्हास । चरित्र श्रवणे काळावरी कांस ॥
चरित्र श्रवणे परमोल्हास । श्रोते निरायास पावती ॥१०८॥

श्रवणे शुद्ध अंत:करण । श्रवणे चुकेल जन्ममरण ।।
श्रवणे श्रोतया ब्रह्मपण । केवळ ब्रह्मार्पण कर्माने ।।१०९।।

श्री साईसच्चरित्र (अध्याय १७)

श्री साईसच्चरित्राच्या पारायणाचे महत्त्व हे अतिथोर आहे. तेही गुरुचरित्रच आहे. साईभक्त आयुष्यात वरचेवर त्याचे पारायण करीतच असतात. त्यातदेखील या पोथीचे सप्ताह पारायण करणे, हीदेखील परमपवित्र श्रेष्ठ उपासना असल्याचे साईभक्त मानतात.

श्री साईसच्चरित्राच्या पारायणाप्रमाणेच सांप्रत श्री साईचरित्राचे पारायणदेखील फलदायी आहे. हेदेखील साईंचेच चरित्र आहे. हेमाडपंतांकडून रचून घेतलेल्या श्री साईसच्चरित्रामध्ये साईबाबांनी आपल्या भक्तांना आश्वासन दिले आहे—

मग जो गाई वाडे कोडे । माझे चरित्र माझे पवाडे ।।
तयाचिया मी मागे पुढे । चोहिकडे उभाचि ।।१२।।

सांप्रत ग्रंथाचे पारायण साईभक्तांना गुरुचरित्र पारायणाचे फल देईल, याविषयी मनात शंका ठेवण्याचे कारणच नाही. याच्या पारायणाचा सप्ताह करावयाचा असल्यास पहिल्या दिवशी चार, दुसऱ्या दिवशी पाच, तिसऱ्या दिवशी सहा, चौथा दिवशी चार, पाचव्या दिवशी पाच, सहाव्या दिवशी पाच आणि सातव्या दिवशी तीन कथा-गीतांचे पठण अथवा श्रवण करावे. त्यानंतर कोणाला तरी अन्नदान करून या सप्ताहाची सांगता करावी.

मराठी सारस्वतातील ज्येष्ठ-श्रेष्ठ विद्वान आणि संतसाहित्याचे अभ्यासक डॉ. प्र. ल. गावडे आणि डॉ. अशोक कामत यांनी श्री साईचरित्राला उचित अभिप्राय देऊन गौरविले आहे, त्याबद्दल मी त्यांचा शतश: ऋणी आहे.

दिलीपराज प्रकाशनचे श्री. राजीव बर्वे यांनी या चरित्राचे प्रकाशन करण्याची जबाबदारी समर्थपणे पेलून रसिक भक्तांसाठीच नव्हे, तर समस्त मराठी वाचकांसाठी ते उपलब्ध करून दिले आहे. त्यांची ही सेवा श्री साईचरणांशी रुजू होवो, अशी श्री साईनाथचरणी प्रार्थना आहे.

।। ॐ श्री साईराम ।।

–डॉ. निशिकान्त श्रोत्री

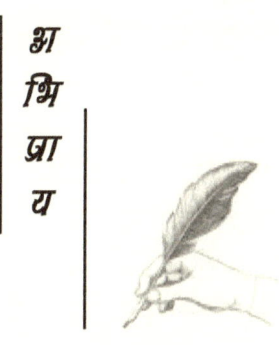

अभिप्राय

'गीत साईनाथ' हे डॉ. निशिकान्त श्रोत्री यांनी श्री साईनाथमहाराज यांच्या जीवनावर लिहिलेले काव्य मी वाचले. नुसते वाचले नाही, तर 'गीत साईनाथ' या संगीतिकेचा नाट्यप्रयोग मी पहिला आहे. त्या वाचनातून आणि प्रयोगातून श्री साईनाथ महाराज यांच्या आध्यात्मिक जीवनाचा प्रभाव वाचकांच्या व श्रोत्यांच्या मनावर किती उत्कटतेने पडतो, हे अनुभवले आहे.

डॉ. निशिकान्त श्रोत्री हे व्यवसायाने डॉक्टर असले, तरी त्यांचा आध्यात्मिक पिंड त्यांनी भक्तिभावाने जपलेला आहे.

त्यांनी स्वत:च म्हटल्याप्रमाणे–

निशिकान्त लीन । धरी साई चरण ।

भाव तो अनन्य । साई भक्त ।

असा आत्मभाव त्यांनी या गीतचरित्रात व्यक्त केला आहे.

हे गीतचरित्र लिहिताना डॉ. श्रोत्री यांनी श्री साईमहाराजांच्या चरित्राचा, त्या चरित्रातील विविध घटनांचा संशोधक या दृष्टीने अभ्यास केला आहे. श्री साईमहाराज यांचे संपूर्ण चरित्र ३१ कवितांतून उलगडून दाखविणे अतिशय अवघड होते. त्यामुळे काही व्यक्ती व प्रसंग यांची योग्य निवड करणे त्यांना आवश्यक होते. डॉ. श्रोत्री यांनी ती निवड मोठ्या कौशल्याने केली आहे. श्री साईमहाराज यांच्या जीवनातील काही महत्त्वाच्या व्यक्ती— उदाहरणार्थ— चांद पाटील, भगत म्हाळसापती, रघुनाथराव दाभोळकर, बाळासाहेब माने, मुळेशास्त्री, बुट्टी, घोलपगुरुजी, कीर्तनकार दासगणू, ग्वाल्हेरचे डॉ. कॅ. शेटे, बाळासाहेब देव मामलेदार, तात्या कोते आदी व्यक्तींचा त्यांनी उल्लेख केला आहे व त्यांच्या सान्निध्यातील अनुभवांमध्ये श्री बाबांची जी आध्यात्मिक अनुभूती आहे, तिचे अत्यंत सुंदर वर्णन केले आहे.

संशोधनात वास्तवतेबरोबर काही निष्कर्षही द्यावे लागतात. क्वचित ते सूत्ररूपाने घ्यावे लागतात. असेच काही भक्तिपोषक सूत्ररूप निष्कर्ष डॉ. निशिकान्त श्रोत्री यांनी दिले आहेत. उदाहरणार्थ,

१) ‘आचरावे कर्म । अपाशफलधर्म ।
मुक्तीचे हे वर्म । साई वदे ।

२) गुरुकृपा दावी मार्ग भोग भोगण्याचा ।

३) दक्षिणा हे दान । जीवनाचे पुण्य ।
साई पदी अनन्य । धन्य व्हावे ।

४) तेही पूर्ण हेही पूर्ण पूर्ण प्रसवते पूर्ण ।
पूर्णातुनि या पूर्ण काढिता शेष राहिले पूर्ण ।

५) विरक्तीत आहे दडले श्री ब्रह्मज्ञान ॥

६) वैर, ऋणाने वा हत्येचे ना मोक्षाचे धाम ॥

श्री साईनाथांबद्दलची अनन्य भक्ती, त्यांच्या जीवनाचा सूक्ष्म अभ्यास, श्रीबाबांच्या जीवनात घडलेले महत्त्वाचे प्रसंग आणि भेटलेल्या महत्त्वाच्या व्यक्ती या सर्वांना भक्तिकाव्यात गुंफून डॉ. श्रोत्री यांनी प्रशंसनीय कार्य केले आहे.

डॉ. निशिकान्त श्रोत्री यांना त्याबद्दल धन्यवाद व त्यांच्या भावी काळातील कार्यास शुभेच्छा!

– डॉ. प्र. ल. गावडे

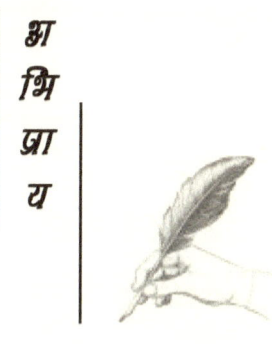

अभिप्राय

माझे सन्मित्र डॉ. निशिकान्त श्रोत्री हे एक नामवंत धन्वंतरी आहेत. त्यांनी आरोग्यशास्त्र विज्ञानाचा उत्तम व्यासंग करून उच्च पदव्या संपादन केल्या आणि दीर्घ काळ वैद्यकीय सेवाही पुण्यासारख्या विद्येच्या आद्य माहेरघरी केली आहे. वैद्यकीय अभ्यासास उपयोगी असे त्यांचे आठ ग्रंथ प्रसिद्ध आहेत. त्यांच्या विशेष अभ्यासविषयावरील त्यांच्या इंग्रजी ग्रंथाच्या आठ आवृत्त्याही निघाल्या.

मला त्यांची आध्यात्मिक वाङ्मयांविषयींची आवडनिवड वैशिष्ट्यपूर्ण वाटते. त्यांनी आपल्या प्राचीन संतपरंपरेची चांगली ओळख अभ्यासपूर्वक करून घेतली. आधुनिक काळातील प्रभावी सत्पुरुषांचीही जाणीवपूर्वक ओळख ते करून घेतात, हे मला अभिनंदनीय वाटते.

डॉ. श्रोत्री यांच्या व्यक्तिमत्त्वाचा एक उल्लेखनीय विशेष म्हणजे, त्यांचे ललित लेखन. आजपर्यंत त्यांच्या चोवीस कादंबऱ्या, तीन कथासंग्रह, चार एकांकिकासंग्रहही प्रकाशित झाले असून त्यांचे पाच काव्यसंग्रह प्रसिद्ध आहेत.

अशा विलक्षण व्यक्तित्वसंपन्न आणि विज्ञानाची पूर्ण ओळख असणाऱ्या जाणकाराने साईबाबांची डोळस भक्ती करावी, त्यांचे जीवनचरित्र गीतांतून सादर करावे, हे मला विशेष वाटते. हे भक्तिकाव्य गेय असून सुलभ आणि आटोपशीर आहे. यातून साईबाबांची जीवनलीला चांगल्या रीतीने प्रकट झालेली आहे.

या पुस्तिकेचे प्रकाशन होणे औचित्यपूर्ण ठरेल, असे मला वाटते.

गुरुकुल प्रतिष्ठान, पुणे   **–डॉ. अशोक कामत**

अनुक्रमणिका

तेरा

चौदा

नांदी

श्री गणेशाय नम:

श्री सरस्वत्यै नम:

श्री गुरवे नम:

श्री सद्गुरू साईनाथाय नम:

प्रथम श्री गणेशाला वंदन करून, सर्व इष्ट देवतांचे आशीर्वाद घेऊन श्री साईचरणी समर्पण करण्यासाठी ही गीते आणली आहेत.

साईबाबांच्या चरित्राचे पठण करताना अंतरी उचंबळून आलेल्या समस्त भाबड्या भावनांना साईंच्याच कृपेने जे शब्दरूप प्राप्त झाले, ते आम्ही आज आपल्यासमोर आणले आहे.

भक्तजन हो, साईचरणी अर्पण केलेल्या या नैवेद्याचा आस्वाद घ्या आणि आम्हाला कृतार्थ करा.

●●●

नांदी

प्रथम वंदितो श्री गणराया
आशीर्वच द्या या शुभकार्या
नमन तुला माते सरस्वती
कार्यसिद्धीला देई संमती
भाव भाबडे निशिकान्ताचे
अंतरी दाटुन वैखरी फुलले
सूरविलासे सजून आले
द्वारिकेतल्या धुनी साक्षीने
गीतरूप साकारून आले
भक्त हो, ऐका, साईनाथ रंगले

●●●

साई अवतरला

एकोणिसाव्या शतकाच्या पूर्वार्धात शिर्डी हे खेडेगाव नक्की कोठे वसले आहे, याची भारत देशात तर सोडाच, पण संपूर्ण महाराष्ट्रात तरी माहिती असेल की नाही, याविषयी शंकाच आहे. पण त्या शतकाच्या मध्यावर केव्हातरी साईबाबा शिर्डीत अवतरले आणि मग केवळ भारतातच का, अखिल जगतात शिर्डी नावाचे तीर्थक्षेत्र प्रसिद्ध झाले.

अर्थात साईबाबा आले कोठून, त्यांचा जन्म कोठला आणि केव्हाचा, याविषयी काहीच दप्तर उपलब्ध नाही. ते शिर्डीत प्रवेशले ते चांद पाटलाच्या वऱ्हाडाबरोबर.

या अनामिक फकिराची चांद पाटलाशी गाठ कशी पडली तीदेखील एक मनोरंजक कहाणीच आहे.

जिवापाड प्रेम असणारी आपली घोडी हरवली आणि चांद अस्वस्थ झाला. तिला शोधण्यासाठी दोन वर्षे त्याने अख्खा मराठवाडा पालथा घातला. भेटेल त्याला तो आपल्या घोडीचा ठावठिकाणा विचारत होता.

दोन वर्षे भिरभिरल्यावर त्याला औरंगाबादेजवळ एक बालवयाचा फकीर दिसला. झाले, याने त्यालाही आपली घोडी पाहिली का म्हणून विचारले. मात्र इतरांसारखी उडवाउडवीची उत्तरे न देता हा बाल फकीर त्याला म्हणाला,

''बैस रे इथे जरा. चिलीम ओढू, मग सापडेल तुझी घोडी.''

पाटीलदेखील थकला होता. फकिराजवळ बसून त्याने चिलीम काढली; पण छापी भिजवायला पाणी कुठे होते जवळपास?

झाले! त्या फकिराने तिथल्याच खडकावर आपला सटला हाणला आणि तेथून पाण्याचा झराच सुरू झाला. छापी भिजली. पण आता चिलीम पेटविणार तरी कशी? विस्तव नको? त्या माळरानावर ना विस्तव ना चकमक!

त्या फकिराला त्याचीही चिंता नव्हती. आपला चिमटा जमिनीवर आपटून त्याने तो आत घुसविला आणि त्यात पकडून एक जळता निखारा बाहेर काढला.

हा सगळा चमत्कार चांद पाटील आ ऽ वासून पाहतच राहिला.

पण हे एवढ्यावरच थांबायचे नव्हते.

स्वत: चार झुरके मारून त्या फकिराने ती चिलीम चांद पाटलाच्या हातात दिली. एखाद्या कळसूत्री बाहुल्यासारखी ती हातात घेऊन चांद पाटलानेदेखील तिचे दोन-चार झुरके मारले.

''उगाच वणवण करू नकोस! इथेच पलीकडे त्या हिरवळीवर तुझी घोडी चरते आहे बघ; जा घेऊन ये तिला,'' फकिराचे शब्द ऐकून चांद जागीच उडाला.

दुसऱ्याच क्षणी तो फकिराने दाखविलेल्या दिशेने धावतच गेला. अन् काय पाहातो तिथे?

खरोखरीच त्याची घोडी शांतपणे चरत होती.

हे पोर तर नाहीच, पण साधा फकीरही नाही; ही कोणी थोर विभूती आहे हे जाणून चांद त्याला आपल्या घरी घेऊन गेला. काही काळ हा फकीर त्याच्याकडेच राहिला.

पुढे एकदा चांद पाटलाच्या वऱ्हाडाबरोबर हा सोळा वर्षांचा बाल फकीर शिर्डीला आला. त्या वेळी तेथील भगत म्हाळसापती यांनी त्याचे स्वागत केले.

'आओ साईऽऽऽ ...'

अन् तेव्हापासून बाल फकीर साऱ्या जगताचे साईबाबा झाले. ते शिर्डीतच राहिले. तिथेच आजन्म वास्तव्य करून त्यांनी संपूर्ण जगाचा उद्धार केला.

या सगळ्यावरून असे वाटते, चांद पाटलाची घोडी हरविणे हा ना दैवदुर्विलास होता ना योगायोग होता; तो तर एक परमेश्वरी खेळ होता जगदोद्धारासाठी अवतार प्रकट करण्याचा !

●●●

साई अवतरला

निमित्त वारू परमेशाने अजब खेळ रचला
उद्धरण्याला साऱ्या जगता साई अवतरला ॥ धृ ॥

चांद पाटलाला तट्टाणी किती जिवा प्यारी
बहु मायेने चण्या-गव्हाचे धान्य तिला चारी
अति थकलेली फेस मुखातुन पाहुनि कळवळला
मायेपोटी सोडुन गेला जलौघ शोधायला ॥ १ ॥

व्याकुळ परि ते मुके जनावर बंधमुक्त होई
चौखुर उधळुनि झेप घेतली ब्रह्मांडा ठायी
तस्कर नेई व्याघ्र भक्षि वा अंतरी तळमळला
दिवसामागुन महिने गेले पाटिल भरकटला ॥ २ ॥

दोन जिवांचा वियोग पाहुनि शिवा मनी हसला
देह धारुनी बालफकीर तो कर्मसिद्ध झाला
चांद जाहला अगतिक पाहुनि मायेने वदला
कथितो नंतर ठाव तुला मी चिलीम दे मजला ॥ ३ ॥

छापी भिजली, नाही निखारा, तरी न हिरमुसला
चिमटा हाणुनि धरतीवरती अग्नी चेतविला
प्रसन्न हासुन हळूच वदला चांद पाटलाला
इथे पलीकडे चरते आहे घेऊन ये घोडीला ॥ ४ ॥

तिथेच जवळी वारू दिसता चांद अचंबित झाला
मिठी मारता प्रेमे तिजला अंतर्मुखही झाला
नव्हे पोर ना फकीर साधा नेले शिर्डीला
उद्धरण्याला साऱ्या जगता साई अवतरला ॥ ५॥

● ● ●

नंदनवन फुलले

समाजाला साईबाबांचे समाजाभिमुख जीवन जाणवले ते त्यांच्या शिर्डीप्रवेशानंतरच! ते बालपणापासूनच वैराग्यमय जीवन जगत होते.

सतत निंबतरूखाली तन्मयतेने उन्मनी अवस्थेत उभे राहणे ही तर त्यांच्या दैनंदिन जीवनातील महत्त्वाची आणि प्रिय साधना होती.

आपले वास्तव्य त्यांनी बखळीतच ठेवले होते. ही बखळ म्हणजे तरी काय, एक उकिरडाच होता. पण त्या उकिरड्याच्या खड्ड्यात आणखी छोटे छोटे खड्डे खणून, रोज कोठून ना कोठून तरी आणून, बाबा त्यात फुलझाडांची, फळझाडांची रोपे लावीत. स्वत:च्या देहाच्या भोजनाची पर्वा करणार नाहीत इतक्या नित्य नेमाने ते त्यांना दूरदूरवरून पाणी आणून घालत.

अन् पाहता पाहता त्या उकिरड्यावर साईबाबांनी सुंदर, देखणी आणि आल्हाददायक लेंडीबाग फुलविली. साईबाबांनी जगाला पहिला पर्यावरणाचा मंत्र दिला.

जवळच दत्तगुरूंचे मंदिर उभारले.

लेंडीबागेत इतकी झाडे फुलविली, तरी त्या विशिष्ट निंबाच्या तरूखाली तासन् तास उभे राहून चिंतन करण्याच्या त्यांच्या उपक्रमात मात्र कधीच खंड पडला नाही.

काहींनी विचारले, "तुम्ही इथेच का इथे राहता?"

तर काहींची शंका होती - "तुमचे गुरू कोण?"

या आणि असल्या सगळ्या शंकांचे समाधान करण्यासाठी त्यांनी त्या निंबवृक्षाखाली खणायला सांगितले.

अहो आश्चर्यम् !

त्या जमिनीखाली गाडले गेलेले, बांधकाम केलेले, एक भुयार सापडले. त्या

पडक्या भुयारात चार पणत्या शांतपणे तेवत होत्या !
अन् साईंनी आणखी एक गुह्यस्फोट केला.
‘ही तर माझ्या गुरूंची समाधी !’
हेच माझे गुरुस्थान !

●●●

नंदनवन फुलले

बाल फकिर शिर्डी अवतरले
बखळीतून नंदनवन फुलले ॥ धृ ॥

फळा-फुलांची रोपे आणुनी
निजहस्ते त्या रोपण करुनी
लेंडीबागेला नटविले
सौंदर्याने जीवन भरले ॥१॥

जीर्णोद्धारी भुयारात त्या
जगास दावी तेवत पणत्या
निंबतरूचे भाग्य उजळले
गुरुस्थान साकारून आले ॥२॥

पावित्र्याचे जतन कराया
मानवतेचा मार्ग दाविण्या
परमेशा आस्थापन दिधले
दत्तगुरूंचे मंदिर वसले ॥३॥

कायापालट त्या ग्रामाचा
मनामनाला उद्धरण्याचा
सकल जनांना भक्त बनविले
शिर्डी पावन क्षेत्रचि झाले ॥४॥

•••

भरडती रोगराई

शिर्डीमध्ये महामारीची साथ आली आणि समस्त शिर्डीजन हवालदिल झाले. या साथीपासून आपले संरक्षण करण्यासाठी त्यांनी साईबाबांनाच साकडे घातले.

साईनाथांनी मात्र द्वारकामाईत वेगळाच उद्योग मांडला. गव्हाची पोती गोळा करून ते स्वत: जात्यावर बसले आणि त्यांनी गहू दळायला सुरुवात केली. गावातली सगळी पुरुषमंडळी आश्चर्याने बाबांच्या या उद्योगाकडे पाहतच राहिली; पण बायांना मात्र राहवेना. पदर खोचून त्या पुढे झाल्या आणि बाबांना दूर सारून त्यांनी जात्याचा ताबा घेतला.

पाहता पाहता त्या बायांनी सगळे गहू दळून काढले.

आता दळलेल्या या पिठाचे करायचे काय? बाबा थोडेच इतके पीठ संपविणार? त्यापेक्षा आपण हे पीठ आपापल्या घरी घेऊन जावे आणि बाबांना लागतील तशा चपात्या करून आणून द्याव्या, उरलेले पीठ आपल्या घरीच वापरावे या विचाराने त्यांनी ते पीठ बांधून घेतले मात्र...

साईनाथ मोठ्या संतापाने कडाडले, 'एऽऽ फुकटखाऊ बायांनो, कुठे चालवले आहे ते पीठ? अजिबात घरी न्यायचे नाही, नाहीतर प्रलय होईल. हे पीठ नीट झाकून घ्या आणि गावाच्या शिवेवर न्या. सगळ्या शिवेवर हे पीठ पसरा आणि निक्षून सांगतो त्या नाल्यात ते आवर्जून टाका.'

बाबांचा शब्द हा तर साऱ्यांनाच प्रमाण! त्याप्रमाणे पीठ टाकले आणि...

त्या क्षणापासून महामारीची साथ आटोक्यात आली.

●●●

भरडती रोगराई

ब्रह्म बैसले ग । जात्यावर बाई ॥
तळी भरडती । रोगराई ॥१॥
गावी घरीदारी । आली महामारी ॥
जिवा शाश्वतीचा । ठाव नाही ॥२॥
ढाळ भळाभळ । शिर्डी अवकळा ॥
ओस ना साथीला । पडो पाहे ॥३॥
ब्रह्म साईरूपे । द्वारिकेत सोपे ॥
खुड्या ठोकियले । जात्यावरी ॥४॥
गहू वोपुनिया । तळी फिरवुनीया ॥
पिठा पाडूनीया । पोत्यावरी ॥५॥
मनी कळवळल्या । बाया त्या धावल्या ॥
गहू दळायल्या । जात्यामाजी ॥६॥
पोते रिते झाले । मशीद भरली ॥
धवल पिठाने । कर्मसिद्धी ॥७॥
असा फुकटखाऊ । गहू का कर्जाऊ ॥
नका घरी नेऊ । प्रलयकारी ॥८॥
भरडा हा झाका । शिवेवरी टाका ॥
निक्षूनिया फेका । ओढ्याकाठी ॥९॥
गोधूम हे नव्हे । महामारी आहे ॥
भरडली गेली । साईहाते ॥१०॥
आचरावे कर्म । अपाशफलधर्म ॥
मुक्तीचे हे वर्म । साई वदे ॥११॥

●●●

गुरुकृपा

साईसच्चरित्रकार हेमाडपंत ऊर्फ रघुनाथराव दाभोलकर साईबाबांच्या दर्शनासाठी शिर्डीला आले, तेव्हा त्यांच्या मनात निष्कारणच विकल्प आला– 'ज्याचे कर्म त्याने स्वत:च केले पाहिजे, आपापल्या प्राक्तनातील भोग प्रत्येकाने स्वत:च भोगायला हवेत; तर मग आपल्याला गुरूची गरजच काय? गुरूच्या नादी लागून कशाला आपल्या जीवनाचे स्वातंत्र्य गमावून बसायचे?'

या मुद्यावरून बाळासाहेब भाट्यांशी त्यांचा बराच वाद झाला.

साईबाबांच्या दर्शनाला गेल्यावर, बाबांनी मोठ्या कनवाळूपणे विचारले, 'वाड्यावर कसला वाद चालला होता?'

आणि अतिशय समर्थपणे त्यांनी हेमाडपंतांचे शंकानिरसन केले, 'भोग तर ज्याचे त्यालाच भोगायचे आहेत, पण ते भोगतानादेखील पुन्हा दुसऱ्या संचिताचा साठा न करण्याचा आणि सहज भोगण्याचा मार्ग गुरू दाखवितो. जळायचे आहे लाकडालाच, पण त्या ओल्या लाकडाला जळण्यासाठी सुके करण्याचे काम गुरू करतो.'

●●●

गुरुकृपा

प्राक्तनात आहे त्याने पसा भरायाचा
गुरुकृपा दावी मार्ग भोग भोगण्याचा ।।धृ।।

पूर्वसंचिताची श्रेष्ठ लेखणी विधीची
कर्म तेच नशिबी आहे वासना मनाची
फलाची न आशा धरि रे मंत्र हा गुरूचा
गुरुकृपा दावी मार्ग भोग भोगण्याचा ।।१।।

देहप्रती बुद्धी ठाली तोच अहंभाव
स्वार्थ तिथे जन्मा येई आणि दुजा भाव
अनन्य ही श्रद्धा दीप सुखी जीवनाचा
गुरुकृपा दावी मार्ग भोग भोगण्याचा ।।२।।

समर्पित कर्मानि त्या जागतसे आशा
यशोन्माद नाही अथवा अपयशी निराशा
सबुरी धरोनि चित्ती गुरू पुजायाचा
गुरुकृपा दावी मार्ग भोग भोगण्याचा ।।३।।

•••

भंडारा

अन्न हे तर जगायचे साधन! अन्नावाचून जगणेच अशक्य! म्हणूनच अन्नदान हे तर श्रेष्ठ दान! अन्नदान हे तर साईबाबांचे एक व्रतच होते.

द्वारिकामाई मशिदीच्या अंगणात चूल पेटवून बाबा त्यावर मोठी हंडी चढवत. या हंडीत ते कधी मिठे चावल शिजवत, तर कधी मांसमिश्रित पुलाव. या हंडीतल्या पाण्यात ते पानगे सोडीत, तर कधी कणकेची मुटकुळी. त्यासाठीचा मसालाही ते स्वहस्ते वाटून घेत.

हंडीतले अन्न शिजताना ते ढवळायला बाबांनी ना कधी डाव वापरला ना उलथणे. आपल्या कफनीची बाही कोपरापर्यंत वर सरकवून बाबा त्या हंडीतल्या उकळत्या अन्नात आपला हात घालून हातानेच अन्न ढवळत.

नेहमी सामिष आहार घेणाऱ्यालाच बाबा मांसमिश्रित अन्न वाढत; इतर सर्वांसाठी मात्र शाकाहारीच प्रसाद असे.

हा प्रसाद सेवन करायला किती भक्त येत, याला गणतीच नव्हती. आलेल्या कोणालाही कधी विन्मुख परत जावे लागले नाही. हंडीमध्ये किती अन्न शिजले आहे आणि किती भक्तांना अन्नदान होणार, याचा काहीही संबंध नसे. कितीही भक्त आले, तरी बाबांची हंडी त्यांच्यासाठी अक्षयपात्रच असे!

बाबांचे हे अन्नदान म्हणजेच भंडारा!

भंडाऱ्यासाठी कोणालाही अटकाव नसे. जात-पात, धर्मभेद, स्त्री-पुरुष असल्या कसल्याही भेदभावाला साईदरबारात स्थान नव्हते. सारे जीव एकच हीच त्यांची भावना...

आणि तिचाच प्रचार करून त्यांनी मानवजातीत बंधुत्वाची भावना रुजविण्याचे कार्य केले.

• • •

भंडारा

साई दाता, साई भोक्ता, साईशी अर्पण
देहही साई, आत्मा साई, साई हा भगवान

कृपा प्रसादाचा हो शिजला भंडारा
निज साईच्या हस्ते हा भंडारा शिजला ।।धृ।।

चुल्ही वरती हंडी चढविली प्रसाद रुचकर शिजवाया
डाव न लागे, पळीही न लागे, खिचडीला या ढवळाया
हात घालुनी साई हलवी अन्नाला
निज साईच्या हस्ते हा शिजला भंडारा ।।१।।

सामिष भक्तांसाठी शिजविली जरी वेगळी सागोती
कर्मठ भक्तांना तोषविण्या येथे मूगवडे होती
तोषवितो साई भुकेल्या जीवाला
निज साईच्या हस्ते हा शिजला भंडारा ।।२।।

प्रसाद भक्षण करण्यासाठी सर्वधर्मसमभाव वसे
लिंगभेद ना करती, ना इथे जातिभेदा स्थान असे
उरी घेउनी श्रद्धा यावे शिरडीला
निज साईच्या हस्ते हा शिजला भंडारा ।।३।।

● ● ●

भक्तीचा सोहळा

अर्थात पालखीचा या साऱ्या सोहळ्यात साईबाबा सामील होत ते केवळ भक्तांच्या उत्साहासाठीच आणि तरीही या सगळ्या सोहोळ्यापासून मनाने अलिप्त असत. केवळ सर्वभाव विसरून शिर्डीकर एकत्र येत आहेत या कारणासाठी बाबांनी आपल्या या कौतुकाला कधी विरोध दर्शविला नाही.

बाबांच्या पालखीची ही मिरवणूक पाहतांना साहजिकच ओठावर शब्द उमटतात.

●●●

भक्तीचा सोहळा

भक्तीचा सोहळा । भक्तांचा हा मेळा ॥
ओथंबून आला । शिर्डीमाजी ॥१॥

शोभे छत्र चामरू । श्यामकर्ण वारू ॥
नाचे तुरुतुरु । अग्रभागी ॥२॥

निमोणकर संगती । दामुअण्णा गाती ॥
निशाणे फडकाविती । दिंडीमाजी ॥३॥

डोळ्यामाजि साई । मनामधि साई ॥
जिव्हेवरी साई । दूजे नाही ॥४॥

येथे नाही जात । धर्म मात्र एक ॥
नरनारी भेद । गाडीयला ॥५॥

श्रेष्ठ वा कनिष्ठ । उच्च नाही नीच ॥
केवळचि भक्त । साईपायी ॥६॥

भक्त एक झाले । द्वैत ते निमाले ॥
एकरूप सारे । साईठायी ॥७॥

साईची ही दिंडी । निघे दिवसाआडी ।।
द्वारिकेस सोडी । चावडीलागी ।।८।।

निशिकान्त लीन । धरी साई चरण ।।
भाव तो अनन्य । साई भक्ती ।।९।।

●●●

साई अनुज्ञा

'मैं हरेक चिडीको पकडके लाता हूँ ।' —बाबांचे सुप्रसिद्ध वचन!

बाबांच्या दर्शनाची इच्छा मनात ठेवून शिर्डीला यायचा कितीही खटाटोप केला, तरी जोपर्यंत बाबांचे आवतन येत नाही तोवर हे घडणे नाही यावर सगळ्यांचाच विश्वास होता; इतकेच नाही, तर दर्शनासाठी आलेला बाबांच्या अनुज्ञेखेरीज परत जाऊही शकत नसे. त्यांच्या आज्ञेला उल्लंघून निघालेल्याच्या मार्गात हमखास विघ्ने येऊन अखेरीस बाबांची आज्ञा मिळेपर्यंत आपला प्रवास पुढे ढकलावा लागत असे.

अर्थात, हा विश्वास केवळ अंधश्रद्धेसाठी नव्हता तर तो अनुभवातून दृढ झालेला होता.

तात्या कोते यांना बाजारहाट करण्यासाठी कोपरगावला आठवड्याच्या बाजाराला यायचे होते. ही वेळ त्यांच्यासाठी अवेळ आहे याची जाणीव झाल्यामुळे साई त्यांना आता जाऊ नको म्हणून सांगत होते. जायचे तर निदान शामाला बरोबर ने; असेही साईंनी त्यांना सांगितले. पण त्यांच्याकडे दुर्लक्ष करून ते तसेच टांग्याने एकटेच प्रवासाला निघाले आणि नेमके त्यांच्या प्रवासात विघ्न उभे राहिले. टांग्याचा घोडा साऊळच्या विहिरीजवळ अचानक कमरेत लटका पडला आणि प्रवासात विघ्न उभे राहिले.

तसाच अनुभव तात्या कोल्हारांनासुद्धा आला.

असे किती भक्तांना किती अनुभव आले. गाडी चुकेल म्हणून बाबांची अनुज्ञा न घेता निघालेल्यांना गाडी उशिराने धावते आहे असाही अनुभव आला.

साई त्रिकालज्ञानी! त्यांच्या अनुज्ञेविना ना शिर्डीला येणे ना शिर्डीतून परतणे!

• • •

साई अनुज्ञा

शिर्डीस यावे वा परतोनी जावे
साईअनुज्ञेविन कधी न घडावे ॥धृ॥

कोल्हार तात्या निघाले प्रवासा
कोत्यास जाणे होते कोपरगावा
साईवचनास लंघोनि गेले
विघ्नांनी वाटेत नेमके गाठले ॥१॥

विना भोजने ना प्रवासासी जावे
गाडी धराया ना उपाशी निघावे
तिथे गाडी मात्र विलंबानी धावे
साईच्या इच्छेला ना लंघोनि जावे ॥२॥

त्रिकालास जाणी असा साई ज्ञानी
भवाच्या पैलतीरा भक्तांस नेई
आशीष घेवोन कर्मा करावे
साई वदे तेच चित्ती भजावे ॥३॥

● ● ●

पंचतत्त्व शांतले

आपल्या पतीला मदत करण्यासाठी ती लोहारीण भात्यावर बसली होती खरी; पण आपल्या मातृत्वाच्या कर्तव्यालाही ती विसरू शकत नव्हती. रात्रभर जागविणाऱ्या आपल्या तान्ह्या पोराला एका बखोटीला धरून दुसऱ्या हाताने ती भात्याची साखळी ओढत होती.

इकडे द्वारिकामाईमध्येसुद्धा साईनाथ धुनी पेटती ठेवत होते.

वास्तविक सारी रात्र आपल्या बछड्यासाठी जागून काढल्यामुळे तिचे डोळे अगदी मिटायला लागले होते; पण काम केले नाही तर तोंडात अन्नाचा घास पडणार नाही याची तिला जाणीव होती. जिवाच्या करारावर, कसेबसे आपले डोळे उघडे ठेवून ती भाता चालवीत होती, भट्टीतला अग्नी फुलवीत होती.

अखेरीस तिच्या शरीराने तिच्या इच्छाशक्तीवर विजय मिळविला आणि बसल्या बसल्याच झापड येऊन तिचे डोळे मिटले गेले. आपल्या देहावरचा तिचा ताबाच गेला.

आणि तिच्या काखोटीचे ते तान्हुले सटकून समोरच्या भट्टीत पडले.

तत्क्षणी एक गर्जना करून साईबाबांनी आपले हात पेटत्या धुनीत घातले. आजूबाजूला जमलेल्या भक्तांना काय करावे तेच समजेना; आणि तरीही बाबांना विरोध करायचे धाडसही कोणाला होईना.

पाहता पाहता लोहारणीचे पेटत्या भट्टीत पडलेले तान्हे बाळ अलगदपणे उचलले गेले आणि सुखरूपपणे ते तिच्या मांडी विसावले– यत्किंचितही न भाजता!

आणि बाबांनीदेखील आपले संरक्षक हात धुनीतून बाहेर काढले.

बाबांच्या संरक्षक संकल्पशक्तीपुढे प्रत्यक्ष पंचतत्त्वदेखील शांत झाले.

●●●

पंचतत्त्व शांतले

निरागस जीव वाचविण्या भाजले
साई संकल्पाने पंचतत्त्व शांतले ।।धृ।।

निखाऱ्यांना फुलविण्या
लोखंडाला घडविण्या
भात्यावरी लोहारीण दमली भागली
साई संकल्पाने पंचतत्त्व शांतले ।।१।।

भुकेजलेले तान्हुले
काखेवरी विसावले
भाता चालविता तयास ती जोजवी
साई संकल्पाने पंचतत्त्व शांतले ।।२।।

कष्टले हात थांबले
थकले नेत्र मिटले
स्तनदायी माता भट्टीशी कलंडली
साई संकल्पाने पंचतत्त्व शांतले ।।३।।

कडेवरचे बालक
पडले जाऊन तोल
निखाऱ्यांच्या ज्वालांची आहुती जाहले
साई संकल्पाने पंचतत्त्व शांतले ॥४॥

साई मशिदीत स्थित
धुनी शेजारी ध्यानात
लोहाराच्या पोरासाठी सिद्ध जाहला
साई संकल्पाने पंचतत्त्व शांतले ॥५॥

हात धुनीत घालोनी
तान्हुल्याला उचलोनी
मातेच्या कुशीत सुरक्षित ठेविले
साई संकल्पाने पंचतत्त्व शांतले ॥६॥

साऱ्या जगाचे दैवत
सदैव ते द्वारिकेत
संकटांना निवारण्या ध्यानी जागले
साई संकल्पाने पंचतत्त्व शांतले ॥७॥

● ● ●

दीड वितीची फळी

द्वारिकामाई मशिदीत दीड वीत रुंदीची फळी बाबांनी टांगून ठेवली होती. ही फळी टांगायला ना धड दोर ना साखळी. जुन्यापुराण्या चिंध्यांनीच बाबांनी तिला टांगून ठेवले होते.

या फळीवर बाबा कसे चढत हे सगळ्यांना एक कोडेच होते. तिथे चढण्यसाठी ना शिडी होती ना पायरी! बरे, बाबांना उडी मारून चढतानादेखील कोणी पाहिले नव्हते. शिवाय त्या जुनाट फाटक्या चिंध्यांना नुसती फळीदेखील पेलविली नसती; पण त्या फळीवर झोपलेल्या बाबांसह त्या फळीला यशस्वीपणे धरून होत्या. साईबाबा रोज त्या फळीवरच निजत असत.

एक दिवस अब्दुला बाबांसारखा त्या फळीवर निजायला निघाला होता. तेव्हा सर्वशक्तीनिशी बाबांनी त्याला धरून ठेवून फळीवर चढण्यापासून रोखले. तो फारच हट्ट करू लागला, तेव्हा बाबांनी त्याला खडसावून सांगितले,

'अरे, फळीवर तू डोळे मिळून झोपशील आणि मग खाली पडशील.'

तेव्हा कोठे सर्वांना समजले, की रात्रभर फळीवर बाबा झोपत नसत; तर ते उघड्या डोळ्यांनी समाधी अवस्थेत जात असत.

● ● ●

दीड वितीची फळी

नाही साखळी दोरही नसे चिंध्या या आधाराला
दीड वितीची फळी पेलते विश्वाच्या ब्रह्मात्म्याला ।।धृ।।

आरूढ व्हाया फलिकेवरती नाही शिडी ना सोपान
अरुंद जरी ती झेप न घेता वरती बसती साई महान
दुजा न कोणा साधायाचे जड देहा पेलायाला
दीड वितीची फळी पेलते विश्वाच्या ब्रह्मात्म्याला ।।१।।

नेत्र अचल अन् काया जागृत स्वप्नावस्थी प्रबुद्धता
चित्ता करुनिया एकाग्र सुषुप्तीस ये निरुद्धता
तुर्या जडली ब्रह्याlागी अद्वैता साधायाला
दीड वितीची फळी पेलते विश्वाच्या ब्रह्मात्म्याला ।।२।।

●●●

दक्षिणा

दक्षिणेलागी ज्याने मजला । असेल एक रुपया दिधला ।
दशगुणे मज तया मोबदला । द्यावा लागला मोजून ।।

काका महाजनींचे स्नेही, धरमसी आणि असे कितीएक बाबांच्या भेटीसाठी
आले खरे; पण त्या सर्वांच्या मनात बाबांविषयी विकल्प उत्पन्न झाले होते. विरक्त
वृत्तीचा साधू म्हणवितो हा स्वत:ला मग येणाऱ्या-जाणाऱ्या प्रत्येकाकडे दक्षिणा का
मागतो, या प्रश्नाने त्या सर्वांनाच विचलित केले होते, श्रद्धापराङ्मुख केले होते.

साईबाबांनी त्या सर्वांना अतिशय समर्पक उत्तर दिले, 'दक्षिणा हे दान आहे.
मी माझ्यासाठी थोडीच दक्षिणा मागतो? दक्षिणा मागते द्वारिकामाई आणि तुमचा
पुण्यसंचय करते. त्याची परतफेड म्हणून मी तुम्हाला दसपटीने देत असतो.'

दक्षिणा अर्पण करताना मात्र वृत्ती निर्मोही असली पाहिजे हे बाबा निक्षून
सांगतात. दक्षिणाच का? जीवनातील प्रत्येक कर्म समर्पित भावनेने करणे आवश्यक
आहे हा बाबांचा उपदेश आहे.

●●●

दक्षिणा

अर्पावी दक्षिणा । ऋणविमोचना ॥
लोभ त्या पायी ना । मना राहो ॥१॥

जीवनी सायास । देवाला नवस ॥
परि फेडायास । ध्यास नाही ॥२॥

समर्पित भाव । द्वारिकेत धाव ॥
मृगजळीं बाव । भाव दाटे ॥३॥

लवण बाहुले । सागरी अर्पिले ॥
निर्मोही सोडले । जळे वाहे ॥४॥

एक म्या घेतले । दहा वोपियले ॥
गाठी ना ठेविले । केले दान ॥५॥

विरक्त फकीर । घर नाही दार ॥
दक्षिणेचा भार । शिरा नोहे ॥६॥

मला ना लागते । जीवा ना गमते ॥
मशीद मागते । द्वारिकामाई ॥७॥

दक्षिणा हे दान । जीवनाचे पुण्य ॥
साई पदी अनन्य । धन्य व्हावे ॥८॥

● ● ●

उदी ही पावन

साईचा निवास द्वारिकामाई मशिदीत आणि चावडीत आलटूनपालटून असे. द्वारिकामाईत त्यांनी धुनी चेतविली होती, ती अजूनही अखंड धगधगतच आहे.

या धुनीतील रक्षा साईबाबा सर्वांना प्रसाद म्हणून देत. तिला ते उदी म्हणत आणि तीच संज्ञा त्यांच्या या प्रसादाला रूढ झाली.

या उदीची करामत काय सांगावी !

साईबाबांनी उदीच्या प्रसादाने कोणाच्या कुष्ठरोगाचे निवारण केले, तर कोणाचा न हटणारा ज्वर पळवून लावला. कोणाला सर्पदंशापासून वाचविले, तर कोणा अडलेल्या बाळंतिणीला सोडविले. साईबाबांकडून प्राप्त झालेल्या उदीप्रसादाने कित्येकांना आपापल्या आयुष्यातील अत्यंत कठीण कसोटीचे प्रसंगदेखील यशस्वीपणे पार करता आले.

साईभक्तांकडे कोणी परगावी असल्याने उदी मागायला गेले, तर त्याला कधीच विन्मुख जावे लागत नसे. स्टेशनच्या फलाटावर जवळ उदी नसल्यामुळे एका भक्ताने जमिनीवरची माती उचलून मनोमन साईबाबांची करुणा भाकली आणि ती मातीच याचकाला उदी म्हणून दिली. अन् अहो आश्चर्यम्! त्या मातीनेदेखील उदीचा प्रभाव दाखविला. कोणत्याही भक्ताने समर्पित निष्ठेने आपल्या देवासमोर लावलेल्या उदबत्तीच्या राखेचादेखील जरी उदी म्हणून स्वीकार केला, तरी त्या व्यक्तीला साईकृपेची अनुभूती येते, असा अनेक भक्तांचा अनुभव आहे.

आहेच असे उदीचे अमृतमाहात्म्य!

● ● ●

उदी ही पावन

साई प्रसादाची । उदी ही पावन ॥
सदा सौख्यदान । भक्तांलागी ॥१॥

कुष्ठरोग गेला । ज्वरही पळाला ॥
सर्पाच्या विषाला । उदीचा उतारा ॥२॥

ती बुट्टींची सून । प्रसूति अडून ॥
जिवा घोर लागोन । कासावीस ॥३॥

साई उदी धाडोनी । प्रसाद म्हणोनी ॥
सुखरूप बाळंतीण । सुटका झाली ॥४॥

पीडा ही देहाची । मनाचे वा क्लेश ॥
सदा दुःख हरण । उदी काज ॥५॥

मनी निष्कलंक । साईपदी श्रद्धा ॥
उदीचा महिमा । अमृताचा ॥६॥

सत्य हाचि धर्म । उद्धाराचे कर्म ॥
उदीचे हे वर्म । निशिकान्त जाणे ॥७॥

●●●

जीवदान

उपाशीपोटी आणि वेदनाग्रस्त अवस्थेत कोणताही उपदेश मनुष्याच्या पचनी पडणे शक्य नाही याची साईबाबांना खात्री होती. म्हणूनच ते भक्तांना उपासतापासापासून परावृत्त करीत. कोणालाही उपाशीपोटी दर्शनालादेखील येऊ देत नसत. लोकांच्या वेदना, देहपीडा यांचे मोठ्या कनवाळूपणे ते निवारण करीत असत. अशा पीडानिवारणाची किती म्हणून उदाहरणे द्यावीत? किती कथा सांगाव्यात?

बाबांचे लाडके निस्सीम भक्त माधवराव देशपांडे– बाबा त्यांना प्रेमाने शामा म्हणत– यांना एकदा झाला सर्पदंश. त्या काळात पंचक्रोशीत कोणालाही सर्पदंश झाल्यावर त्यावर उतारा पडण्यासाठी त्याला विरोबाला घेऊन जात आणि साकडे घालत. सर्वांनी माधवरावांनादेखील विरोबालाच न्यायचा घाट घातला. पण माधवराव मात्र ऐकेनात. त्यांनी सगळ्यांना निक्षून सांगितले, 'माझा बाबाच माझा विरोबा. मी त्याच्याच चरणी शरण जाणार. तोच मला तारेल नाहीतर मारेल.'

माधवराव बाबांच्या दर्शनाला मोठ्या निष्ठेने द्वारिकामाई मशिदीत आले खरे; पण त्यांनी पहिल्या पायरीवर पाऊल ठेवताक्षणीच बाबा गरजले– 'खबरदार! वरती चढशील तर सटका हाणीन. चल उतर खाली.'

बाबांचे शब्द ऐकताच माधवराव मनातून एकदम हिरमुसले. ज्याच्यावर विसंबून राहिलो त्यानेच असे झिडकारल्यावर पाहायचे तरी कोणाकडे? त्यांनी परत पायरी चढायचा प्रयत्न केला, पण बाबांची पुन्हा तीच गर्जना.

–अखेरीस बाबांच्याच पायाशी आपला अंत अशा निष्ठेने ते पायरीवरून खाली उतरून तिथेच बसले.

अन् पाहता पाहता माधवरावांच्या करंगळीला झालेल्या सर्पदंशामुळे चढत असलेले विष उतरू लागले आणि काही वेळातच वेदनामुक्त होऊन माधवराव बरे झाले, त्यांच्या जिवावरचे संकट टळले.

मग मात्र त्यांना वर बोलावून त्यांना जवळ बसवून बाबांनी गुह्यस्फोट केला, 'शामा, अरे वेड्या, वरती न चढण्याची, खाली उतरण्याची आज्ञा तुला नव्हती; ती तर सापाच्या विषाला होती.'

●●●

जीवदान

दुःख हराया दीन जनांचे साई शिर्डी अवतरला ।।धृ।।

करांगुलीला सर्पदंश होता शामा तो कळवळला
बघुनि वेदना अंत जाणुनी येइ तयाप्रति कनवाळा

विरोबास नेऊया म्हणती उधाण येई श्रद्धेला
साई माझे देव म्हणोनि माधव जाई मशिदीला ।।१।।

खबरदार नच येऊ वरती हाणिन सटका मी तुजला
थबकुन जाता शामा परि तो तेज विखारही तिष्ठला
उतरुनि जाई खाली ऐकुन माधव अंतरी हिरमुसला
विषा परंतु तिथे ओहटी आज्ञा ती यमदूताला ।।२।।

चलअचलावर नियमन करुनी चालवितो जो सृष्टीला
निःशब्दातून ज्ञान तयाला अगम्य नाही दृष्टीला
पूर्ण कराया कर्मयोग दे दान जिवाचे कायेला
संकटतारक साईवचने शिरोधार्य ती मृत्यूला ।।३।।

•••

देव भक्तांचा चाकर

सुरुवातीला बाबा रोज रात्री फळीवर झोपत असत. पण नंतर तात्या कोते आणि म्हाळसापती त्यांच्याबरोबर रात्र द्वारिकामाईतच काढू लागले.

बाबांनी मग त्यांच्याबरोबरच जमिनीवरच पडायचा परिपाठ सुरू केला. ते तिघे एकमेकांच्या पावलांना पावले लावून जमिनीवर आडवे होत; त्यामुळे तिघांची मस्तके वेगवेगळ्या तीन दिशांना विखुरलेली असत. जरी ते जमिनीवर आडवे असले तरी झोपत मात्र नसत; रात्रभर त्यांच्या एकमेकांशी गप्पा चालू असत. त्यातूनच बाबा त्यांना जीवनाचे मर्म शिकवीत असत. ते त्यांना नेहमी म्हणत,

'मी भक्तांचा कायम ऋणी आहे. तुम्ही भक्त खरे थोर आहात. मी आपला सानुला! मी तर माझ्या भक्तांचा चाकरच आहे!'

●●●

देव भक्तांचा चाकर

दीस एक मशिदीत । दुसरा तो चावडीत ।
नसे कशाचीही मात । ब्रह्मस्थित साई जाण ॥१॥

तिघे रातीला नीजती । तात्या, बाबा, म्हाळसापती ।
पाय पायांना लावती । विखुरती तीन शिरे ॥२॥

सांगती तुमचा ऋणी । आर्त तुमच्या दर्शनी ।
तुम्ही थोर आहे धानी । तुम्हा पाणि मी बाहुले ॥३॥

भक्त सदा महाथोर । देव तयाचा चाकर ।
तया चरणी लाचार । ब्रह्मसार पाजी त्यास ॥४॥

● ● ●

रामदर्शन

भक्तांना रुचेल, सहज उमगेल आणि पटेल असे अनुभव देऊन त्यांच्या मनातील विकल्प दूर करणे हा तर साईंचा आवडता खेळ! आपल्या गुरुठायी श्रद्धा असावी; तथापि दुसऱ्याच्या गुरूचा अवमान न करता त्याचाही मान ठेवावा या उपदेशाची प्रचिती साईनाथ विविध प्रकारे भक्तांना देत असत. ते सांगत,

जो जो जयाचा गुरू असावा । त्याचेचि ठायी दृढ विश्वास बसावा ।।
अन्यत्र कोठेही तो नसावा । मनी ठसावा गुह्यार्थ हा ।।

आमचा गुरू वेगळा आहे, आमची श्रद्धा केवळ त्याच्यासाठी; साईच्या चरणी आम्ही झुकणार नाही असा अहंकार मनात बाळगून अनेक भक्त शिर्डीला आले. साईंमध्येच आपल्या दैवताचे दर्शन झाल्याने त्यांचे निस्सीम भक्त होऊन राहिले.

मुळेशास्त्री बापुसाहेब बुट्टींच्या समवेत शिर्डीला आले खरे; पण मनात हेतू मात्र साईंच्या दर्शनाचा नव्हता. आपण घोलपगुरुजींचे अनुयायी, त्यांच्याखेरीज कोणाच्याही पाया पडणार नाही अशी मनात खूणगाठ बांधलेली. पण प्रत्यक्षात मात्र द्वारिकामाईत पाय ठेवल्यावर त्यांना बाबांच्या ठायी दर्शन झाले ते घोलपगुरुजींचेच आणि त्यांनी अतीव श्रद्धेने बाबांचे चरण धरले.

असेच एक मामलेदार आपल्या डॉक्टर स्नेह्यांना घेऊन बाबांच्या दर्शनाला आले. डॉक्टरांनी त्यांना आधीच स्पष्टपणे सांगितले होते, 'मी आहे रामभक्त. अन् तुमचे साईबाबा मुसलमान! त्यांना मी अजिबात नमस्कार करणार नाही.'

पण प्रत्यक्षात मात्र साईंच्या समोर आल्यावर धावतच जाऊन त्यांनी बाबांच्या चरणी लोटांगण घातले. हे असे का केले म्हणून विचारल्यावर ते म्हणाले,

मनात पुजुनी तिथे वसविले ज्याच्यासाठी धाम
साईठायी दर्शन मजला दाशरथी तो राम

•••

रामदर्शन

अंतर्यामी सदैव जागृत मुखी माझिया नाम
साईठायी दर्शन मजला दाशरथी तो राम ।। धृ ।।

मूर्ति सावळी मोहक सुंदर वदनावरती हास्य
हनुमंताचे भाग्य थोर त्या प्रभुचरणांचे दास्य
चरण हेच स्पर्शाया मनी मी धरला होता काम
साईठायी दर्शन मजला दाशरथी तो राम ।।१।।

सवे जानकी सुहास्य वदने अंकी विसावलेली
लीन होऊनी सौमित्राने काया अर्पियलेली
आंजनेय पावलास चुरतो भक्ताकल्पद्रुम
साईठायी दर्शन मजला दाशरथी तो राम ।।२।।

श्यामल कोमल तेज तयाचे बाहुबलीचे ध्यान
सहज पेलले कोदंडाला लक्ष्यवेधी ते बाण
भक्तांचा हा देव दावितो दुर्जनास निजधाम
साईठायी दर्शन मजला दाशरथी तो राम ।।३।।

मनात पुजुनी तिथे वसविले ज्याच्यासाठी धाम
साईठायी दर्शन मजला दाशरथी तो राम

•••

साईसमाधी

शके १७९७ च्या मार्गशीर्ष पौणिमेला, महानिर्वाणाच्या त्रेचाळीस वर्षे आधी साईबाबांनी अखिल शिर्डीला भयथरारक अनुभव दिला.

त्या दिवशी बाबांचा दम्याचा विकार खूप बळावला होता.

बाबांनी म्हाळसापतींना जवळ बोलावून सांगितले, 'मी आता माझा देह सोडून जात आहे. या सभामंडपाच्या त्या कोपऱ्यात एक कबर खणून तीत हा देह ठेवून द्या. तेथे निदर्शक म्हणून दोन निशाणे रोवून ठेवा.' त्यानंतर बाबांनी म्हाळसापतींना निक्षून सांगितले, 'मात्र इतक्यात या देहावर अंत्यसंस्कार करून त्याची विल्हेवाट लावू नका. तीन दिवसांपर्यंत या देहाचे जतन करा. जर तीन दिवसांनंतरदेखील जर मी परतलो नाही, तर मग मात्र या देहाला त्या कबरीत गाडून टाका.'

म्हाळासापतींसमोर आपला देह ठेवून रात्री दहा वाजता बाबांच्या आत्म्याने ब्रह्मांडी झेप घेतली. अत्यंत कासावीस होऊन परंतु विलक्षण निग्रहाने बाबांच्या निष्प्राण देहाचे मस्तक आपल्या मांडीवर घेऊन म्हाळसापती त्या देहाचे रक्षण करू लागले. द्वारिकामाईत असलेल्या कोणालाही बाबांनी दर्शविलेल्या कोपऱ्यात कबर खणण्याची हिंमत होईना.

पाहता पाहता वाऱ्याच्या वेगाने बातमी साऱ्या शिर्डीत पसरली आणि एखाद्या वावटळीसारखी अख्खी शिर्डी द्वारिकामाईत लोटली. साऱ्या शिर्डीचा आवंढा घशात घुसमटत होता, तर अश्रूंच्या लोटाने गोदावरीदेखील स्तिमित झाली होती.

जनपरिवाराच्या मनात विचारांचे विकल्प उठू लागले. या मृत देहाचे काय करावे? हा देह जतन करावा की या कलेवरावर अंत्यसंस्कार करावेत? मौलवी मुलांना फकीर, आप्पा कुलकर्णी, काशीराम यांसारख्या बुजुर्ग मान्यवरांनी तर या प्रेताला तसेच ठेवू नये, अन्यथा ते सडू लागेल; त्यापेक्षा बाबांनी दाखविलेल्या मशिदीतील कोपऱ्यात कबर खणून तेथे शास्त्रोक्त विधी करून बाबांच्या निष्प्राण

देहाला मूठमाती द्यावी असा धोसरा धरला. शिर्डीतील पूजनीय ज्ञानी बापू तर किंकर्तव्यमूढ झाले.

म्हाळसापती मात्र अविचल होते. साईंचे मस्तक आपल्या मांडीवर घेऊन ते तीन दिवस त्या अविचल निष्प्राण देहाचे रक्षण करत अहोरात्र जागत बसले होते. बाबांच्या देहाला स्पर्शदेखील करायला त्यांनी कोणालाही एकसुद्धा पाऊल पुढे टाकू दिले नाही. या तीन दिवसांत त्यांनी आपल्या पापणीला पापणी लागू दिली नाही.

तीन दिवसांनी अचानक साईबाबांच्या पापण्यांची हालचाल होऊ लागली. म्हाळसापतींकडे डोळे उघडून पाहून साईंनी एक स्मितहास्य केले आणि आळोखेपिळोखे देत साई उठून बसले.

म्हाळसापतींचे न ऐकता आपण बाबांच्या देहावर अंत्यसंस्कार केले असते तर केवढा अनर्थ झाला असता या विचाराने सगळ्यांच्या अंगावर थरारून काटा आला.

शोकसागरात बुडून गेलेली शिर्डी खुदकन हसली.

केवढे तरी संकट टळले!

तीन दिवसांच्या समाधीत जगदोद्धाराचे चिंतन करून साई परतून आले.

● ● ●

साईसमाधी

झेप घेऊनी ब्रह्मांडासी आत्मस्वरूपी झाले
उद्धाराचे चिंतन करण्या देहाला अंतरले ॥धृ॥

साईभक्ता तीन दिसांची काळरात्र जाहली
दु:ख, शोक अन् चिंता दाटुन शिर्डी बावरली
कर्मयोगी अन् ज्ञानी बापू अंतर्मुखही झाले
उद्धाराचे चिंतन करण्या देहाला अंतरले ॥१॥

खबरदार जर अग्नी देण्या याल पुढे वदले
म्हाळसापती क्रोधित होऊन टिपेतुनी गर्जले
तीन दिसांस्तव देह रक्षण्या साईनी कथिले
उद्धाराचे चिंतन करण्या देहाला अंतरले ॥२॥

श्रद्धा निस्सीम मनी जागवुनि भगतही निष्ठुर झाला
अंकी घेऊन निश्चल मस्तक साईरक्षक झाला
संस्काराला देहाच्या त्या कुणि ना धजावले
उद्धाराचे चिंतन करण्या देहाला अंतरले ॥३॥

देव शिर्डीचे व्याकुळ करूनी देहहीन जाहले
सर्वधर्मसमभाव सूत्र हे समाधीत योजिले
दिनत्रयी सरता शिर्डी हसली कुडीत जीवन आले
उद्धाराचे चिंतन करूनी साई परतुनी आले ॥४॥

●●●

ब्रह्मज्ञान

अध्यात्माच्या कोणत्याही मार्गावर वाटचाल करणाऱ्याला साईबाबा मार्गदर्शन करीत असत. ज्ञानमार्ग असो, भक्तिमार्ग असो वा कर्ममार्ग असो– बाबांनी ज्याचा जो मार्ग असेल त्याला योग्य त्या वाटेवर बोटाला धरून नेले. ज्याने जे मागितले ते त्याचा अधिकार असेल तर त्याला दिले.

बाबांच्या एका अत्यंत धनाढ्य भक्ताच्या मनात बाबांचे दर्शन घेऊन त्यांचा अनुग्रह घ्यावा, असे आले. आपल्या जवळ पैसाअडका, जमीनजुमला, नोकरचाकर, सारे काही आहे; मग बाबांकडे मागायचे तरी काय असा प्रश्न त्या अहंकारी व्यक्तीच्या मनात उभा राहिला. अखेरीस आपल्याकडे ऐहिक वैभव आहेच, आता बाबांकडून ब्रह्मज्ञानच शिकून घ्यावे असा विचार निश्चित करून हे गृहस्थ साईबाबांच्या दर्शनासाठी शिर्डीत आले.

त्यांची इच्छा ऐकल्यावर बाबांनी ती मान्य केली; मात्र त्याला काही सांगायच्या आत त्यांनी जवळच्याच एका मुलाला बोलावून सांगितले, 'जा रे, त्या नंदूला म्हणावे मला पाच रुपयांची निकड आहे, तात्पुरते उसने हवे आहेत; लगेच परत करीन म्हणावे.'

तो मुलगा नंदूकडे गेला, तर त्याच्या घराला कुलूप! मग बाबांनी त्याला बाळा वाण्याकडे पाठविले तर तोही घरी नव्हता. त्यानंतर बाबांनी त्याला आणखी दोन-तीन ठिकाणी पाठविले, पण कोठेच काम होईना.

शेजारीच बसलेला ब्रह्मज्ञानार्थी भक्त त्या मुलाची धावपळ पाहत होता. वास्तविक त्याच्या खिशात अडीचशे रुपये होते आणि बाबांनी ते अंतर्ज्ञानाने जाणलेही होते. आपल्या गुरूला केवळ पाच रुपयांची निकड आहे अन् तीही तात्पुरत्या उसन्या रकमेची, ती ते लगेच परतही करणार आहेत हे समजूनदेखील त्याला काही इतकी छोटीशी रक्कम बाबांना देववेना. उलट, त्याने बाबांशी ब्रह्मज्ञान

लवकर शिकवा म्हणून लकडा लावला.

त्याची ही वृत्ती पाहून बाबांनी त्याला ब्रह्मज्ञानाचे आद्य मर्म सांगितले,

'हिरण्यगर्भपरापर्यंत । जो सर्व उत्कर्षी विरक्त ।
तोचि ब्रह्मविद्येशी अधिकृत । अनासक्त इतरत्र ।।'

'तुला बसल्या जागी ब्रह्म दाखवावे यासाठी मी उपाय केला; तो तुला उमगला नाही का? अरे बाबा, ब्रह्मज्ञानाचा मार्ग अतिबिकट आहे. त्यासाठी पंचप्राण, पंचेंद्रियज्ञान, अहंकार, बुद्धी, मन हे सारेकाही निर्मोही होऊन अर्पण करावे लागते. दृष्टी शरीरात्माक हवी. जोपर्यंत लोभाचे निर्मूलन होत नाही, मन निर्वासिन होत नाही तोपर्यंत ब्रह्मज्ञानाचे आकलन होणार नाही.'

बाबांनी केलेल्या या निर्भर्त्सनेने त्या शिष्याचे डोळे उघडले. त्याने बाबांचे चरण धरून मोहत्याग केला आणि बाबांनी त्याला सांगितले ब्रह्मज्ञानाचे मर्म :

'मोहमयी संसारात भिरभिरते ध्यान
विरक्तीत आहे दडले श्रेष्ठ ब्रह्मज्ञान'

●●●

ब्रह्मज्ञान

मोहमयी संसारात भिरभिरते ध्यान
विरक्तीत आहे दडले दिव्य ब्रह्मज्ञान ।।धृ।।

साधनासि मानिले रे साध्य तू मनात
अहंकार होउनि वसले चित्त वासनात
जिंकुनिया साहि रिपुंना होई पुण्यवान
विरक्तीत आहे दडले श्रेष्ठ ब्रह्मज्ञान ।।१।।

देहधर्म केवळ कर्म फला वासना ना
कर्ता मी भोक्ता मीही वर्म अभिमाना
लोभ त्यागुनी उत्कर्षी ब्रह्मी पंचप्राण
विरक्तीत आहे दडले श्रेष्ठ ब्रह्मज्ञान ।।२।।

ग्रंथ थोर उकलू पाहत अज्ञ हृदयग्रंथी
शब्दातीत ध्यानी उमग सूक्ष्म अनुभूती
जळायचे ज्याने त्याने पिउनी गुरुज्ञान
विरक्तीत आहे दडले श्रेष्ठ ब्रह्मज्ञान ।।३।।

त्रिगुणांच्या एकत्वाने प्रणव साक्ष प्राण
साधना तयाची वर्षत पूर्ण आत्मज्ञान
आत्म्याचे नाते शाश्वत चैतन्यी जाण
विरक्तीत आहे दडले श्रेष्ठ ब्रह्मज्ञान ।।४।।

सर्वव्यापी शून्यविकारी अजन्मा न अंत
त्रिविधताप* नसती क्षणही ब्रह्म भाग्यवंत
हेचि रूप चैतन्याचे हेचि विश्वज्ञान
विरक्तीत आहे दडले श्रेष्ठ ब्रह्मज्ञान ।।५।।

* अध्यात्म - अधिभूत - अधिदैव

•••

दीप लाविला

अनेक संतांची चरित्रे ओवीबद्ध करून ठेवणारे भक्तश्रेष्ठ कीर्तनकार दासगणूंना प्रयाग येथे जाऊन गंगा-यमुनेच्या संगमात स्नान करून पावन होण्याची इच्छा झाली. तथापि साईबाबांच्या अनुज्ञेविना काहीच करायचे नाही अशी श्रद्धा असल्यामुळे ते शिर्डीला साईदर्शनासाठी येऊन पोचले. प्रयागस्नानाची दासगणूंची कामना उमगून साईनाथ त्यांना म्हणाले,

'गुरुप्रति मनात भक्ती आणि श्रद्धा असेल तर आपल्या गुरुचरणीच तुला गंगा-यमुना दर्शन देतील.'

दासगणूंसारख्या भक्तश्रेष्ठाच्या हृदयातील गुरुभक्तीला तर मर्यादाच नव्हती. अतीव भक्तिभावाने त्यांनी साईनाथांच्या चरणांचे दर्शन घेतले अन्...

...साईनाथांच्या दोन्ही चरणांच्या अंगठ्यापासून प्रत्यक्ष गंगा-यमुना प्रकट होऊन तिथे झुळूझुळू वाहू लागल्या.

●●●

दीप लाविला

दीप लाविला भावभक्तीचा
शरण तुला रे गुरुराया ।।धृ।।

तव चरणी गंगा-यमुना
तिथेच वसते काशी काबा
तुझ्याच ठायी ब्रह्मवास हा
शरण तुला रे गुरुराया ।।१।।

देह अर्पिला तव सेवेला
कणकण जागे तव ध्यानाला
शिर्डी क्षेत्री बोलवुनी घ्या
शरण तुला रे गुरुराया ।।२।।

● ● ●

ईशावास्योपनिषद आकलन

दासगणू कीर्तनकार, साईबाबांचे निस्सीम भक्त! जितकी त्यांची भक्ती श्रेष्ठ, तितकेच त्यांचे अध्यात्माचे ज्ञान अगाध! वेद, पुराणे, उपनिषदे यांत त्यांचा अतिशय दांडगा व्यासंग. त्यांच्या मनाने घेतले. ईशावास्योपनिषदाचे प्राकृतात रूपांतर करावे.

तथापि, ईशावास्योपनिषद भावार्थ बोधिनीमध्ये त्यांना काही शंका आल्या. त्यांनी विविध पंडितांशी त्या बाबतीत चर्चा केली; पण त्यांच्या मनाचे काही समाधान होईना. वेद पुराणे, उपनिषदे यांसारख्या ग्रंथांचे समग्र आकलन व्हायचे असेल तर त्यासाठी गुरूचेच मार्गदर्शन हवे. जे कूट असेल त्याचा अर्थ गुरूच समजावून सांगतो हे जाणून दासगणू साईबाबांना शरण आले. बाबांचे चरण धरून त्यांनी आपली अडचण सांगितली.

प्रत्येकाच्या अडचणी सोडविण्याचे बाबांचे मार्ग जितके आगळे तितकेच अनाकलनीय! दासगणूंना ईशावास्योपनिषदाची उकल होत नाही म्हटल्यावर प्रसन्नपणे हसून ते उद्गारले, 'अरे, त्यात अवघड काय आहे? काकांच्या घरी जा. त्यांची मोलकरीण सांगेल तुला उकल करून ईशावास्योपनिषदाची.'

क्षणभर दासगणूंच्या मनाचा विरस झाला; पण त्यांची बाबांवर इतकी गाढ श्रद्धा होती की, मनातील किंतू दूर सारून ते काकासाहेब दीक्षितांच्या घरी गेले.

तेथे पहाटे झोपेत असतानाच दासगणूंना अतिशय सुरेल स्वरातील तान ऐकू आली. कोण गाते आहे इतक्या गोड आवाजात ते पाहायला दासगणू बाहेर आले, तर त्यांना भांडी घासताना गाणारी काकासाहेबांची मोलकरीण दिसली.

आठ वर्षांची ती पोर! कासेला जेमतेम लाज राखेल इतपत फाटके चिरगुट नेसून मोठ्या आनंदात गात होती ती! अंगावर लक्तरेच, पण गात मात्र होती नारिंगी साडीचे कौतुक :

काय त्या साडीचा भरजर

काय त्या साडीचा काठ सुंदर
काय मौजेचा तिचा पदर...

तिच्या सुस्वर गायनाने दासगणू जितके आमोदित झाले, तितकेच त्यांना तिची फाटकी साडी पाहून दु:ख झाले. तसेच आत येऊन त्यांनी काकासाहेबांना त्या मोलकरणीला नवी साडी घेऊन द्यायला लावली.

मात्र ही आठ वर्षांची अडाणी पोर काय आपल्याला ईशावास्योपनिषद भावार्थ बोधिनीची उकल करून सांगणार या विचाराने ते मनोमन खट्टू झाले; तरीही त्यांची बाबांवरील श्रद्धा मात्र अढळ होती!

दुसऱ्या दिवशी पहाटे पुन्हा त्या मोलकरणीची तान ऐकताच मुद्दाम दासगणू बाहेर आले आणि तिला नव्या साडीत मोठ्या आनंदात गिरक्या घेत गाताना आणि नाचताना पाहून अतिशय आनंदले.

त्यानंतरच्या पहाटे पुन्हा तिची तान कानावर पडली. आजही ती नवी साडी नेसून आली असणार, म्हणून तर इतक्या आनंदात गाते आहे अशा विचाराने न राहवून दासगणू पुन्हा बाहेर आले.

मोलकरीण खरोखरीच आदल्या दिवशीइतक्याच आनंदात गिरक्या घेत नाचत होती, गात होती; मात्र तिच्या अंगावर मात्र ती नवी साडी नव्हती, तर पुन्हा आपल्या जुन्या फाटक्या साडीतच ती गात होती - तितक्याच आनंदात!

आणि तिथेच दासगणूंना ईशावास्योपनिषदाच्या मथितार्थाचे आकलन झाले :

समर्थपणे फाटके लेणे । समर्थपणेही तैसेचि करणे ॥
या नाव दैन्य संपन्नणे । भावनेगुणे सुखदु:ख ॥

या पोरीचे दैन्य हाही ईश्वरी अंश आणि तिची लक्तरेही ईश्वरी अंशच! देय काय आणि दान काय, सारेच अशेष! ईश्वर सर्वत्र भरलेला आहे. जेथे या ईश्वरानेच अवघा ब्रह्मांडाचा पसारा आच्छादिला आहे तेथे कोण राहील उघडा?

ॐ पूर्णमद: पूर्णमिदं पूर्णात् पूर्णमुदच्यते ।
पूर्णस्य पूर्णमादाय पूर्णमेवावशिष्यते ॥
तेही पूर्ण हेही पूर्ण । पूर्णापासाव उद्भवले पूर्ण ॥
पूर्णातुनी काढता पूर्ण । राहील पूर्णचि अवशेष ॥

देह तर वस्त्रासमान - जीर्ण काय आणि नूतन काय? त्यात त्या मोलकरणीच्या पोरीसारखा कसल्याही वस्त्रात आनंदाने वास करणारा आत्मा हाच अविनाशी - तोच सत्य आणि तोच ब्रह्म!

●●●

ईशावास्योपनिषद आकलन

शंकित होउनि मनी गुंगले
दासगणू साईपदि आले

ईशावास्य उपनिषदाचा मना न लागे ठावा
दासगणू साईपदि नमले मार्ग मला हो दावा

मर्म नव्हे रे दुष्कर मतिला मोलकरणीही ज्ञात
जा काकांच्या घरी निजोनी सुस्वर ऐकी गीत

जीर्ण चीर परि पहाट समयी कंठी लकेर गोड
मायेपोटी तिला दिवविले नूतन गोंडस लुगडं

सजली नटली खूप नाचली गिरक्या घेऊनि धुंद
वस्त्र नवे दे नवी उभारी उसळुन येती छंद

सुटली साडी दुसऱ्या दिवशी पुन्हा वासने जून
जुने फाटके पटकुर तरीही मंजुळ घेई तान

लक्तर तरीही समर्थ होऊन मिरवी मानाने
दैन्यातही मी सुखी म्हणोनि संपन्ने मिरविणे

श्रुति-स्मृती वेदान्त सांगती सर्वांना सिद्धान्त
भिन्न प्राणि परि एकचि आत्मा तयास नाही अन्त

आत्म्याचि तर अनेक वसने नाव तयांचे देह
दासगणूंच्या चित्ता झाले ज्ञात अंतरी गुह्य

तेही पूर्ण हेही पूर्ण । पूर्णापासाव उद्भवले पूर्ण ॥
पूर्णातुनी काढता पूर्ण । राहील पूर्णचि अवशेष ॥

• • •

अजहनन

साईबाबांच्या सभोवताली त्यांचे अनेक भक्त असताना कोणी एक असामी तेथे एका बोकडाला घेऊन आली. तो बोकड खूप आजारी होता. त्या बोकडाला पाहताच बाबांना त्याचा अंतसमय नजीक आल्याचे जाणविले. या संधीचा उपयोग करून घेऊन त्यांनी आपल्या भक्तांना तत्त्वज्ञान शिकविण्याचे ठरविले.

एकापाठोपाठ एक सगळ्यांना हातात सुरा देऊन त्यांनी त्या बोकडाचा वध करण्याची आज्ञा केली. बडेमियाँ, राधाकृष्णी, शामा यांनी या ना त्या कारणाने त्या बोकडाचा वध करण्याचे टाळले. काका मात्र बाबांवरील भक्तीपोटी त्यांचा आदेश मनाला पटत नसूनदेखील सुरा सरसावून पुढे झाले. त्या वेळी अचानक बाबांनी त्यांना, जाऊ दे, नको मारू त्याला, असे म्हणून काकांना धर्मसंकटातून सोडविले.

अन् त्याबरोबरच त्या सर्वांना ज्ञानामृत पाजून साईंनी त्यांना शिष्यांचे तीन प्रकार सांगून कर्ममुक्तीचा मार्ग सांगितला.

'एक प्रकार अधम शिष्याचा! हा गुरूची आज्ञा पाळत तर नाहीच, उलट त्याच्या आज्ञेविरुद्ध वागतो. दुसऱ्या प्रकारचा मध्यम शिष्य! हा गुर्वाज्ञेचे पालन करतो; तर उत्तम शिष्य गुरूची आज्ञा होण्याआधीच तिचे पालन करतो. गुर्वाज्ञेचे पालन करताना पाप-पुण्याचा विचारच करता कामा नये. प्रत्येक कर्म हे समर्पित भानवेने केले पाहिजे; त्यातच कर्ममुक्तीचे रहस्य दडलेले आहे.'

•••

अजहनन

पुण्य असो वा पाप तयाची नको क्षिती जिवाला
गुर्वाज्ञेने कर्म करावे अर्पुनिया फल गुरूला ॥ध्रु॥

व्याकुळ कृश झाला मरणोन्मुख अज येई मशिदीला
वधा तयाला साई वदती संकट हो जनसकला
'कैसा इसकू खालि काटना' बडे मियाँ कळवळला
राधाकृष्णी सुरा न घेई शामा विन्मुखलेला ॥१॥

निष्ठा ठेवुनि साईवचनी नत होउनिया काका
निष्ठुर झाला कनवाळु द्विज शस्त्रा देई झोका
'जाय राहु दे' साई वदले अंत तयाचा आला
तकिया वरती मान टाकुनी अज सोडी प्राणाला ॥२॥

कर्म समर्पित शिकवण देण्या साई नाटक रचती
अजहननाची आज्ञा देऊन भक्तगणा जोखती
नको गर्व भक्तीचा अथवा कणव न येई दयेला
त्रिप्रकार शिष्यांचे उत्तम मध्यम अधम क्रियेला ॥३॥

•••

चिंधीचोर

आपल्या अनुग्रहासाठी तर सोडाच, पण साधी आपल्या भेटीसाठीसुद्धा कोणा मध्यस्थाला भक्तांनी गळ घातलेली साईबाबांना आवडत नसे. मी कोणालाही भेट नाकारत नाही; मग असे कोणाला तरी मधे घालायचे कारणच काय, असे त्यांचे म्हणणे!

बाळासाहेब देव हे डहाणूचे मामलेदार असल्यामुळे त्यांचा सगळा दिवस कामात जात असे. तरीही वृत्तीने सच्छील आणि धार्मिक प्रवृत्तीचे असल्यामुळे ते परमार्थसाधनेला रात्री बसत असत. बऱ्याच दिवसांपासून त्यांच्या मनात ज्ञानेश्वरीचे पारायण करावे असे होते, तसा त्यांनी प्रयत्नही केला अनेक वेळेला; तथापि, प्रत्येक खेपेला काही ना काही कारणाने त्यांच्या त्या संकल्पात विघ्न येत असे. भगवद्गीता किंवा इतर ग्रंथांचे पठण विनासायास होत असे; जमत नव्हते ते ज्ञानेश्वरीचेच पठण.

अखेरीस साईबाबांच्या अनुज्ञेनंतरच ज्ञानेश्वरी वाचायला घ्यायची, असा निश्चय करून इ.स. १९१४च्या फेब्रुवारी महिन्यातील महोदय पर्वात ते शिर्डीला सहकुटुंब येऊन पोहोचले. द्वारकामाई मशिदीत गेल्यावर तिथे त्यांना साईंचे शिष्य बालकराम भेटले. आपली अडचण बालकरामांना सांगून देवांनी आपल्या शिर्डीच्या भेटीचा हेतू त्यांच्या कानावर घातला आणि बाबांकडे स्वत:चा शब्द खर्ची घालून त्यांचा अनुग्रह मिळवून देण्याची गळ त्यांनी बालकरामांना घातली.

प्रत्यक्ष बाबांच्या दर्शनाला गेल्यावर बाबांनी देवांकडून दक्षिणा मागून घेतली आणि मग अचानक रागाच्या भरात ते देवांवर उसळले, ''तू माझी चिंधी का चोरलीस?'' बाबांनी केलेल्या आरोपाचा अर्थच देवांना उगमेना. तरीही ते बाबांसमोर उगीच राहिले. हा आरोप बराच वेळ वारंवार करून झाल्यावर बाबांनी त्यांना वाड्यात जाऊन ज्ञानेश्वरीची पोथी वाचण्याची आज्ञा दिली आणि वर म्हणाले, ''अरे, मी तुला इथे संपूर्ण भरजरी शेला देतो आहे अन् तू मात्र फाटक्या चिंध्या चोरतोस?''

देवांना अर्थ उमगला. ज्ञानेश्वरी वाचण्यासाठी प्रत्यक्ष साईंकडे अनुग्रह मागण्याऐवजी त्यांनी बालकरामांना मध्यस्थी करायला सांगितली होती, ते न आवडून बाबांनी त्यांच्यावर चिंधीचोरीचा आरोप केला आणि प्रत्यक्षात मात्र अनुग्रहाचा भरजरी शेला दिला.

•••

चिंधीचोर

नको चिंधीची वासना या मनाला
जरीचाच शेला तुला आणियेला

गुरुसिद्ध ज्ञानामृता वर्षण्याला
दुजी वाट केवळ तुला हरविण्याला
परी सद्गुरू शरण शंकित मनाला
जरीचाच शेला तुला आणियेला

आत्मानुभूतीत रे ज्ञान दडले
असत्यात बुडले, शब्दात रुतले
कशाला टेकू उसना गुरू पूजायाला
जरीचाच शेला तुला आणियेला

भावार्थ दीपिकाच पारायणावी
तयाचे निरूपण सकलांस दावी
नव्हे मार्ग ज्ञाना वाचे कथियेला
जरीचाच शेला तुला आणियेला

ज्ञानराज तुजला होई प्रसन्न
पारायणी ठेव एकाग्र भान
देवास पूजी, भगता कशाला
जरीचाच शेला तुला आणियेला

चित्तात जागे स्वये तेच दिधले
कधी चोरिले ते न कामास आले
आत्मबुद्धि ठायी तोषोनि आला
जरीचाच शेला तुला आणियेला

● ● ●

दीपावली

साईबाबांना दीपोत्सवाची भारी हौस! तेली आणि वाणी यांच्याकडून ते स्वत: तेलाची भिक्षा मागून आणत आणि द्वारिकामाई मशिदीत अन् देवळांमधून पणत्या लावत.

अखेरीस एकदा बाबांच्या या फुकट तेल नेण्याचा सगळ्या तेल्यांना आणि वाण्यांना रागच आला. त्या सगळ्यांनी ऐन दिवाळीच्या वेळी कट केला आणि बाबांना कोणीही तेलाची भिक्षा घालायची नाही असे ठरविले.

नित्यनियमानुसार बाबा तेल मागायला गेल्यावर सगळ्यांनीच त्यांना नकार दिला. पण बाबा मात्र हिरमुसले न होता निमूटपणे द्वारिकामाईत परतले.

आता काय होणार? बाबांची दिवाळी अंधारातच जाणार? त्यांची कशी फजिती होते आहे ते पाहायला सगळे वाणी मशिदीजवळ जमले आणि आता बाबा काय करतात ते मोठ्या कुत्सित नजरेने पण उत्सुकतेने पाहू लागले.

बाबांनी मात्र शांतपणे नेहमीसारख्याच चिंध्या वळून त्यांच्या वाती केल्या आणि त्या पणत्यांमध्ये ठेवल्या. त्यानंतर आपले तेलाचे टमरेल घेऊन त्यात पाहिले. त्यात अगदीच इवलेसे तेल होते– एका पणतीलाही पुरणार नाही इतके! बाबांनी त्यातच पाणी घातले आणि ब्रह्मार्पणमस्तु म्हणून ते पाणी स्वत: पिऊन टाकले. त्यानंतर त्यांनी ते टमरेल भरून पाणी घेतले आणि सगळ्या पणत्यांमधून भरले.

नंतर शांतपणे त्यांनी पणत्या पेटविल्या.

अहो आश्चर्यम्! त्या पणत्या नुसत्या पेटल्याच नाहीत, तर अखंड रात्र त्या निरंतर तेवत राहिल्या आणि शिर्डीतली दीपावली साजरी झाली.

तेल्यांना आणि वाण्यांना साईबाबांच्या दिव्यत्वाची अनुभूती आली आणि ते त्यांच्या पायी शरण आले.

• • •

दीपावली

शिर्डीच्या द्वारिकेत दीपावली उजळुनी
योगीराज सामर्थ्ये ज्योती येत पेटुनी ॥धृ॥

ना अर्पण ना भिक्षा तेली वाणी मातले
दीपावली विरसली दीप शुष्क जाहले
खंत ना सले उरी त्यात तुष्टता मनी
योगिराज सामर्थ्ये ज्योती येत पेटुनी ॥१॥

तोय भरून तैलपात्र तेच घेई रिचवुनी
देहयाग तोषविला अर्पुनी हुताशनी
वात भिजुनिया जळात दे प्रकाश पेटुनी
योगिराज सामर्थ्ये ज्योती येत पेटुनी ॥२॥

●●●

दर्शन द्यावे आता !

कॅ. शेटे हे ग्वाल्हेरमधील यशस्वी डॉक्टर! बाबांचे निष्ठावान भक्त ! पण ते ग्वाल्हेरमध्ये आणि बाबा तर शिर्डीत! मग बाबांचे दर्शन होणार तरी कसे? बाबांच्या दर्शनाला जायला जमले नाही, तरी त्यांचे मन मात्र सदैव बाबांच्या ठायी ओढ घेत असे.

अखेरीस त्यांच्या मनाची आर्तता लक्षात घेऊन बाबांनी त्यांना स्वप्नदर्शन दिले आणि स्वप्नातच मिस्कलपणे विचारले, 'मला विसरलास का?'

कॅ. शेट्यांनी तात्काळ त्यांचे पाय धरले आणि त्यांना थांबायला सांगून तातडीने तसेच बागेत जाऊन त्यांनी वालपापडीच्या शेंगा खुडून आणल्या, शिधा गोळा केला, दक्षिणा घेतली आणि बाबांना नैवेद्य दाखविण्याची सिद्धता केली.

आणि अचानक त्यांची निद्रा भंग पावली. खूप विरस झाला त्यांचा! तात्काळ त्यांनी आपल्या मुंबई येथील स्नेह्यांना टपालाने पैसे पाठवून वालपापडीच्या शेंगांसह शिध्याचा नैवेद्य आणि दक्षिणा अर्पण करण्याची विनंती केली.

तरी दर्शनविन्मुख शेटे आर्ततेने आळवीतच राहिले–

देवा साईनाथा, दर्शन द्यावे आता !

•••

दर्शन द्यावे आता !

देवा साईनाथा, दर्शन द्यावे आता ॥धृ॥

उभा जन्म मी मोही बुडलो
शिर्डीलाही विसरुनि गेलो
क्षमाभाव तव ठायी असता
तुम्हीच अमुचे त्राता ॥१॥

चकोर जैसे आर्त जाहले
तव भेटीस्तव नेत्र वर्षले
सार्थ कराया प्रेमाश्रूंना त्या
सगुण साक्ष व्हा आता ॥२॥

अंतर्यामी तुम्ही जागता
हृदयी अमुच्या तुम्हीच वसता
एकत्वाचे वचन दिले ना?
कसे साहवू द्वैता ॥३॥

•••

चैतन्या चेतवी

बाळाराम मानकर बाबांचे परमभक्त ! गृहस्थाश्रमात मग्न असले, तरी त्यांचे चित्त सदैव साईठायीच रत असे.

पत्नीचा देहान्त झाल्यावर मात्र त्यांचे चित्त संसारात रमेना. सारे काही मुलांच्या हाती सोपवून, आपले गाव सोडून ते शिर्डीला बाबांच्या चरणाशी आले.

त्यांना पाहताच बाबा मात्र त्यांना म्हणाले,

'शिर्डीच नव्हे माझे स्थान । मी तो देशकालानवाच्छिन्न ।'

आणि त्यांनी बाळारामांना मच्छिंद्रगडावर जाऊन ध्यानधारणेत जीवन व्यतीत करण्याचा आदेश दिला.

'तेथे तर तुमचे दर्शन होणार नाही; मग ध्यान करू तरी कसे?' असे बाळारामांनी विचारल्यावर बाबांनी त्यांन ध्यानधारणेचा मूलमंत्र सांगितला–

ब्रह्मसमय शुद्ध पवन कंपने पवित्र ही
झुगारून निद्रेला चैतन्या चेतवी

●●●

चैतन्या चेतवी

ब्रह्मसमय शुद्ध पवन कंपने पवित्र ही
झुगारून निद्रेला चैतन्या चेतवी ॥ध्रु॥

शुद्ध करुनिया तनास चंचल मन शांतवी
एकचित्त होऊनिया निरुद्धतेत बांधुनी
ध्यान लावुनी असेच आत्मस्थिती जागवी
झुगारून निद्रेला चैतन्या चेतवी ॥१॥

लय होवो देहबुद्धी निर्मनी स्थिती हवी
तुर्येतुन झिरपुनिया आत्मचित्त अनुभवी
ब्रह्मस्थिती जाणुनिया परमेशा दाखवी
झुगारून निद्रेला चैतन्या चेतवी ॥२॥

●●●

जननमरण फेरा

साईबाबा ओढ्याच्या काठाशी एका वाटसरूबरोबर चिलीम ओढत बसले होते. एवढ्यात जिवाच्या आकान्ताने बेडकाचे ओरडणे त्यांच्या कानी आले. साहजिकच मोठ्या उत्सुकतेने आणि कनवाळूपणे तो वाटसरू साईबाबांना घेऊन त्या बेडकाला पाहायला गेला. ओढ्याच्या थोड्या खालच्या बाजूला, पलीकडच्या काठावर एका अजस्त्र सापाने एक बेडूक तोंडात धरला होता. आर्त स्वरात डंराव डंराव करीत बेडूक ओरडत होता. ते पाहून साईबाबा उद्वेगाने ओरडले,

'अरे वीरभद्रा, अजूनदेखील तू या बसप्पाशी असलेले वैर विसरला नाहीस का? सोड आता त्याला आणि विसरून जा ते जुने वैर.'

बाबांची वाणी ऐकताच बेडकाला सोडून तो सर्प मोठ्या वेगाने सळसळत झाडीत निघून गेला. ते पाहून तो वाटसरू मोठा अचंबित झाला आणि त्याने बाबांना विचारले, 'कोण हे बसप्पा आणि वीरभद्र? या जनावरांना अशी माणसांची नावे कोणी दिली?'

'अरे बाबा, ही फार पुरातन कथा आहे.' बाबा सांगू लागले. 'फार वर्षांपूर्वी एका धनिकाने आपल्या पत्नीच्या आग्रहाखातर महादेवाच्या जीर्ण पडक्या मंदिराच्या जीर्णोद्धारासाठी खूपशी वर्गणी गोळा केली. पण नंतर मात्र ते पैसे तो स्वत:च हडप करू लागला. त्याच्या सज्जन, सच्छिल पत्नीच्या मनाला हे पटेना. तो धनिक मात्र तिचे काहीच ऐकेना. अखेरीस आपल्या माहेराहून स्त्रीधन म्हणून आणलेले आपले दागिने तिने आपल्या पतीला दिले आणि त्या दागिन्यांच्या मोबदल्यात त्या मंदिराचा जीर्णोद्धार करण्याची गळ तिने आपल्या पतीला घातली. तो धनिक इतका लोभी होता की, ते सर्व दागिने त्याने स्वत:च एक हजार रुपयांना तिच्याकडून विकत घेतले आणि त्या पैशांच्या बदल्यात डुबकी नावाच्या एका अनाथ विधवेच्या मालकीची त्याच्याकडे गहाण ठेवलेली खाजण जमीन त्याने आपल्या पत्नीच्या नावावर करून

दिली. त्यामुळे डुबकीत आणि त्या धनिकातही ऋणाबरोबरच वैर निर्माण झाले.

'पुढे एके वर्षी वीज पडून त्यात त्या तिघांचाही मृत्यू झाला. देहांचा अंत झाला तरी त्यांच्यातील वैर आणि ऋण मात्र तसेच शिल्लक राहिले होते. त्यामुळे त्या तिघांनाही पुनर्जन्म प्राप्त झाला. त्या धनिकाची पत्नी मथुरेला एका पुजाऱ्याच्या घरी त्यांची कन्या गौरी म्हणून जन्माला आली. गुरवाचा पुत्र चनबसप्पा म्हणून डुबकीचा पुनर्जन्म झाला, तर धनिक वीरभद्राच्या जन्माला आला. वीरभद्राचा गौरीशी विवाह झाला. पुढे त्याची मती फिरली आणि त्याचे चनबसप्पाशी वैर झाले. गतजन्माच्या वैराचाच परिणाम हा! मी त्या वेळी चनबसप्पाला वचन दिले होते की, तुझा अंत मी वीरभद्राच्या हातून होऊ देणार नाही. वीरभद्राने चनबसप्पाचा घात करायचा अनेक वेळेला प्रयत्न केला; तरीही माझ्या कृपेमुळे तो त्या सर्वातून सहीसलामत वाचला. परंतु दुर्दैवाने त्याही जन्मात त्या वैराचा मात्र अंत झाला नाही.

'आता तो वीरभद्र सर्पयोनीत जन्माला आला आहे, तर चनबसप्पा बेडकाच्या कुळात जन्मला आहे. मी वचन दिलेले असल्यामुळे आत्ताही मी त्या बेडकाला त्या सर्पाच्या तावडीतून वाचविले.

'म्हणून तुला सांगतो बा की वैर, ऋण आणि हत्या यांच्या आहारी शहाण्याने जाऊ नये; ते पुनर्जन्माला कारणीभूत ठरतात. या तिन्हींपासून मुक्त राहण्यातच माणसाचा सुज्ञपणा आहे.'

•••

जननमरण फेरा

वैर, ऋणाने वा हत्येने ना मोक्षाचे धाम
जनन मरण फेरा या पायी मनी नसावा काम ॥धृ॥

विषयवासना वा मोहाच्या वैफल्याने क्षोभ
वैराग्याचा मार्ग भला रे धरू नये तो लोभ
करुनि समर्पित फलास साऱ्या कर्मयोग निष्काम
वैर, ऋणाने वा हत्येने ना मोक्षाचे धाम ॥१॥

भोग आपुले भोगायाचे नाहि दुजाचे कर्म
अपुली करणी फेडायाची हे जन्माचे वर्म
सूडभावना सोडी त्यागुनि मुखी असावा राम
वैर, ऋणाने वा हत्येने ना मोक्षाचे धाम ॥२॥

क्रोध मत्सरे अवचित कर्मे नाही करावा घात
जगतो आहे तया जगू दे मृत्यूवर ना मात
जीवन देणे अथवा हरणे परमेशाचे काम
वैर, ऋणाने वा हत्येने ना मोक्षाचे धाम ॥३॥

● ● ●

साईदर्शन

द्वारिकामाई मशिदीत समोरच एक शिळा आहे. हे तर बाबांचे आवडते आसन! बाबा सदैव तिच्यावर बसून असत.

डाव्या पायावर उजवा पाय मुडपून ठेवलेला आणि उजव्या पायावर बाबांचा डावा हात विसावलेला. डाव्या हाताचा अंगठा आणि तर्जनी वरच्या बाजूला, तर उरलेली तीन बोटे तळव्याच्या बाजूला असत. त्यांचा आशीर्वाददर्शक उजवा हात साऱ्या जगाला आधारभूत होता.

त्यांचा तो दयार्णव तेजस्वी चेहरा, कफनी सटक्याचा साज– असे वाटे त्यांच्या समोरून उठूच नये, त्यांच्यातच सामावून जावे.

● ● ●

साईदर्शन

श्रद्धा- सबुरी- आशीर्वचन
द्वारिकामाई साईस्थान ।।धृ।।

व्रत अंगीकारूनिया मेरूचे भाग्य घेऊनिया अहिल्येचे
शिळाही झाली पावन होऊनीया साईआसन
द्वारिकामाई जाहली मनोमनी धन्य,
द्वारिकामाई साईस्थान ।।१।।

कनवाळू मुखावरी झळकते तेज
कफनी सटक्याचा त्या शोभतसे साज
नयनी दयार्णव कृपेचा सागर
किती गोजिरवाणे माझ्या साईंचे हे ध्यान
द्वारिकामाई साईस्थान ।।२।।

डाव्या वरती उजवा चरण हात विसावे त्यावर
दक्षिण हाताचा साऱ्या विश्वाला आधार
ध्यानीमनी साईच्या जगाचे कल्याण
द्वारिकामाई साईस्थान ।।३।।

●●●

सर्वव्यापित्व

शिर्डीत स्थायिक झाल्यानंतर साईबाबा फारसे कोठे गेलेच नाहीत; कधी बाहेर पडले तर ते राहाता, रुई किंवा निमगाव या शिर्डीपासूनच्या जेमतेम दोन-तीन मैलांच्या परिसरातच जात असत. तरीदेखील दूरवरच्या ठिकाणी असलेल्या आपल्या भक्तांना त्यांनी या ना त्या स्वरूपात आपल्या अस्तित्वाची आणि सहवासाची अनुभूती दिलेली आहे.

आपल्या मातोश्रींनी केलेल्या व्रतांच्या उद्यापनाचा सोहळा डहाणूचे मामलेदार बाळासाहेब देव यांनी आयोजित केला होता. त्या वेळी साईबाबांनी भोजनासाठी यावे अशी विनंती त्यांनी शिर्डी येथील साईबाबांच्या निकट संबंधातील बापूसाहेब जोग यांना पत्र लिहून केली. बापूसाहेबांनी बाबांना ते पत्र दाखविल्यावर बाबांनी त्या आमंत्रणाचा स्वीकार केला. तू, मी आणि आणखी एक असे तिघेजण जेवणाला येऊ असे कळव, असे बाबांनी बापूसाहेबांना सांगितले.

प्रत्यक्ष उद्यापनाच्या दिवशी एका संन्याशाने येऊन बाळासाहेबांकडे भोजनाची मागणी केली. बाळासाहेबांनी त्याला रुकार देताच तो संन्यासी दोन मुलांसमवेत भोजन करून गेला.

दिवसभर वाट पाहूनदेखील साईबाबा भोजनासाठी आले नाहीत, याची खंत बाळासाहेबांच्या मनाला लागून राहिली. साईंनी आपल्याला फसविले अशी 'तक्रार' त्यांनी बापूसाहेबांकडे पत्राद्वारे केली. बापूसाहेबांनी ते पत्र साईंच्या समोर ठेवले, तेव्हा बाबांनी तो आरोप अमान्य केला. 'नाही कसे? त्याला कळव पत्राने, बरोबर दोन मुलांना घेऊन भोजन करून गेलेला संन्याशी विसरलास का? तू मला ओळखलेच नाहीस म्हणावे.'

साईबाबांचा हा निरोप मिळाल्यावर मात्र आपण त्यांना ओळखू शकलो नाही याचे जरी बाळासाहेबांना वाईट वाटले, तरी त्यांच्या कृपेची जाणीव होऊन ते धन्य

झाले.

साईसच्चरित्रकर्ते देवदत्त दाभोळकर ऊर्फ हेमाडपंत यांनाही असाच अनुभव आला.

१९१७ साली ते वांद्र्यात असताना होळी पौर्णिमेच्या आदल्या रात्री आपण हुताशनी पौर्णिमेनिमित्त मध्यान्हाला भोजनासाठी येत असल्याचा स्वप्नदृष्टान्त साईबाबांनी त्यांना दिला. होळीच्या जेवणाच्या पंक्तीत दाभोळकरांनी बाबांसाठी ताट-पाट मांडून, रांगोळी काढून तयारी केली. मध्यान्ही बरोबर बारा वाजता अचानक अली महंमद आणि मौलवींचे चेले इस्मू मुजावर तेथे आले आणि दाभोळकरांना साईबाबांच्या फोटोची फ्रेम देऊन गेले. बाबांचा तो फोटो पाटावर ठेवून दाभोळकरांनी भोजने उरकली.

असे विविध अनुभव बाबांच्या अनेक भक्तांना आलेले आहेत. अशा प्रसंगांमधूनच आपल्या सर्वव्यापित्वाची अनुभूती जगाला देऊन बाबांनी आपले अवतारित्व सिद्ध केले आहे.

● ● ●

सर्वव्यापित्व

सर्वसाक्षी अन् सर्वज्ञानी सर्वव्यापी मी जाण
वचन साईचे दर्शन सकला रूपे घेऊनी भिन्न ॥धृ॥

व्रत-उद्यापन सार्थ कराया सिद्ध महाभोजन
सवे घेऊनी दोघांना मी येतो साई-वचन
संन्याशाचे रूप संगती येत बालके दोन
वचन साईचे दर्शन सकला रूपे घेऊनी भिन्न ॥१॥

हुताशनीच्या नैवेद्याला येईन मी माध्यान्ही
आश्वासुनिया आशीर्वच दे पहाटेस त्या स्वप्नी
आले अवचट चित्ररूपाने साईकृपेची खूण
वचन साईचे दर्शन सकला रूपे घेऊनी भिन्न ॥२॥

एकनिष्ठ एकाग्र होऊनी निरुद्ध व्हावे चित्त
अनन्य होऊन गुरुचरणांप्रती भाव असावा शुद्ध
सकल चराचर व्यापुन आहे ब्रह्माचे हे ज्ञान
वचन साईचे दर्शन सकला रूपे घेऊनी भिन्न ॥३॥

● ● ●

सृष्टिदेवता प्रसन्न

नानासाहेब चांदोरकर आणि म्हाळसापती बाबांसमवेत द्वारिकामाईत बसलेले असताना वैजापुराहून कोणी श्रीमंत गृहस्थ सहपरिवार बाबांच्या दर्शनासाठी तेथे आले. त्यांच्या खानदानी रिवाजानुसार त्यांच्या स्त्रिया पडदाशीन होत्या. त्यांना पाहताच शिष्टाचार म्हणून आणि संकोचाने नानासाहेब तेथून उठून जाऊ लागले. परंतु त्यांना हाताला बसवून तेथेच बसवीत बाबा त्यांना म्हणाले, 'ते येतील वरती; तू स्वस्थ बैस.'

ते सगळे नि:संकोचपणे दर्शनासाठी वरती आले. त्यांच्यातल्या एका स्त्रीने बाबांचे चरण स्पर्शण्याच्या वेळी आपला बुरखा दूर केला आणि तिच्या अलौकिक सौंदर्याने द्वारिकामाई झळाळून गेली. ते अप्रतिम सौंदर्य नानासाहेबांच्या नजरेला पडले आणि ते अगदी गोंधळून गेले. अशा स्वर्गीय सौंदर्यावरून त्यांची नजर तर हटेना आणि अशा प्रकारे परस्त्रीकडे पहाणे त्यांना शिष्टसंमत वाटेना. मोठ्या कष्टाने ते आपली नजर जमिनीकडे वळवीत पण क्षणातच आपोआपच ती नजर पुन्हा तिच्या चेहऱ्याकडे वळत होती.

नानासाहेबांची ती बावरी अवस्था पाहून बाबा त्यांना म्हणाले, 'नाना, का रे असा मनात गडबडतोस? अरे, त्या ब्रह्मदेवाने सृष्टी रचली, सुंदर सृष्टी रचली ती त्या सौंदर्याचा आस्वाद घ्यायला! निर्विकार मनाने त्या सौंदर्याचे कौतुक करणे, हे तर आपले कर्तव्य आहे. मनात उद्भवणाऱ्या सगळ्या वासना माझ्याशी अर्पण करून जरूर अशा सौंदर्याचे कौतुक करावे. त्यात कसले आहे पाप?'

● ● ●

सृष्टिदेवता प्रसन्न

शांतचित्त आपुलकी मोद हा मनातुनी
सृष्टिदेवता प्रसन्न सौंदर्या लेउनी ।।धृ।।

नजरेने निर्विकार सकल सृष्टी पाहणे
वासना न ये मनात शुद्ध भाव जागणे
आत्म्याचा स्पर्श एक चित्ताला तोषवी
सृष्टिदेवता प्रसन्न सौंदर्या लेउनी ।।१।।

जे विकार जे विचार जागतात अंतरी
अर्पुनिया परमेशा पावित्र्या घे उरी
पावन होती तरंग शुद्ध होऊनी मनी
सृष्टिदेवता प्रसन्न सौंदर्या लेउनी ।।२।।

कधी फुलात, मानवात रंग, रूप वा छटा
चैतन्या सामावुनि साज येतसे घटा
कर्मसिद्ध जीवनात अस्तित्वा घेऊनी
सृष्टिदेवता प्रसन्न सौंदर्या लेउनी ।।३।।

●●●

सर्वधर्मसमभाव

साईबाबांनी समस्त जगताला अध्यात्माची शिकवण देऊन त्यांना मोक्षाचा मार्ग तर दाखविलाच, शिवाय त्याबरोबरच माणसामाणसांतला दुजाभाव कमी करण्यासाठी त्यांनी आपले आयुष्य वेचले. ना त्यांनी कधी स्त्री-पुरुषांत भेदभाव केला ना धर्मा-धर्मांत आपपरभाव! त्यांच्यावर माधवरावांचा जितका अधिकार होता तेवढाच लक्ष्मीचा! नानासाहेब चांदोरकरांना ते जितक्या तन्मयतेने भगवद्गीतेचे निरूपण सांगत, तितक्याच तल्लीनतेने अब्दुलाशी कुर्आनवर चर्चा करीत.

अनेकांनी त्यांना ते हिंदू आहेत का मुसलमान, असा प्रश्न विचारायचा प्रयत्न केला; साई मात्र असल्या विषयांना मोठ्या खुबीने बगल देत असत. आपल्या आचरणात, सहवासात– किंबहुना संपूर्ण जीवनातच– त्यांनी हिंदू-मुस्लिम या दोन्ही धर्मांचा बेमालूम मिलाफ केला होता.

त्यांचे वास्तव्य होते मशिदीत, पण त्यांनी त्या मशिदीचे नाव ठेवले होते द्वारिकामाई! तिथेच अग्नीची उपासना करण्यासाठी त्यांनी धुनी पेटविली ती आजवर अखंड पेटलेलीच आहे. त्या मशिदीत तुळशी-वृंदावन होते आणि तिथे ते नित्य नेमाने शंखनादही करीत असत. गंधचर्चन करून पिंताबर नेसून टाळमृदंगांच्या साथीत ते हरिनाम कीर्तन करीत असत; मूर्तिपूजेचा त्यांचा नेम होता. प्रसादासाठी भंडाऱ्याच्या निमित्ताने त्यांचे सहभोजन इतके प्रसिद्ध होते की, त्यासाठी दूरदूरवरून त्यांचे भक्त शिर्डीत लोटत असत.

त्यांचा पेहराव मुसलमानासारखा होता; पण म्हणून त्यांना मुसलमान म्हणावे, तर त्यांचे कान टोचलेले होते. सर्व धर्मांना समान लेखणाऱ्या साईबाबांनी धर्मा-धर्मांतील तेढ नष्ट करायचा आटोकाट प्रयत्न केला.

आपल्या समाधीनंतरदेखील आपल्या देहावर कोणत्या धर्मानुसार अंत्यसंकार करावेत यावरून हिंदू-मुस्लिमांनी आपापसात वाद घालू नयेत असे निक्षून सांगून

त्यांनी आपला देह श्रीकृष्ण मूर्तीच्या वाड्यात ठेवण्याचा आदेश दिला होता.

बाबांचा हा सर्वधर्मसमभाव त्यांच्या समस्त सच्च्या भक्तांत पुरेपूर भिनला होता.

●●●

सर्वधर्मसमभाव

कोरस :

साई वचना आचरुनिया मनी जागवा भाव

सर्वधर्मसमभाव ।।धृ।।

पुरुष :

सारे हे मानव एक सर्व जीव

प्रेम असो द्यावा जीवनात भाव ।।१।।

स्त्री :

द्वारिकामाई ती मशिद गोजिरी

धुनी चेतवूनी शाश्वत जाहली ।।२।।

पुरुष :

तद्विद्धि प्रणिपातेन, परिप्रश्नेन सेवया ।।

उपदेक्ष्यन्ति ते ज्ञानं, ज्ञानिनस्तत्त्वदर्शिन: ।।

गीता निरूपणे नाना होत ज्ञानी

अब्दुल्ला ऐकितो कुर्आन ध्यानी ।।३।।

कोरस :

हिंदू असो मुस्लिम सिख वा इसाई

सर्व एक त्यांचे दैवत हे साई ।।४।।

पुरुष :

अनलहक्क मीही मीच देवदूत

प्रभूचा ही प्रेषित साई वदत ।।५।।

●●●

आत्मा साईबाबा

अचानक ऐन भोजनाच्या वेळी अली महंमद याने साईबाबांची तसवीर आणून दिल्याने हेमाडपंतांना जरी विलक्षण आनंद झाला तरीदेखील त्यामागे काय गौडबंगाल आहे या उत्सुकतेने मात्र ते अली महंमदकडून त्याविषयीची कथा ऐकायला बेचैन झाले होते. परंतु त्यानंतर कित्येक दिवस त्यांची अली महंमदशी गाठच पडली नाही – पडली ती नऊ वर्षांनंतर बाजारात ! तेव्हा मात्र हेमाडपंतांनी त्यांना आवर्जून त्या प्रसंगाची आठवण दिली आणि त्यांनी असे का केले म्हणून विचारले. अली महंमदनेदेखील काहीही आढेवेढे न घेता हेमाडपंतांना ती तसवीर देण्यामागील किस्सा सांगितला,

'साईबाबांचे ते चित्र मला एका चित्राच्या दुकानात दिसले होते. त्या वेळी ते मला खूप आवडले. असे वाटले, प्रत्यक्ष साईबाबाच आहेत. म्हणून मग मी ते चित्र विकत घेऊन त्याची छान तसवीर करून घेतली आणि घरात आमच्या इतर धार्मिक चित्रांमध्येच ठेवली. पण काही दिवसांनी माझ्या मेव्हण्यांनी मला घरातील सर्व तसविरी समुद्रात नेऊन बुडवून टाकण्यास सांगितले. ते म्हणाले, तसा मौलवींचा आदेश आहे आणि मी ते ऐकले नाही तर ते विलक्षण कोपायमान होतील. मौलवींच्या कोपाच्या भीतीने मी घरातील सर्व तसविरी एकत्र करून दोन खेपांत त्या समुद्रात बुडवून टाकल्या. पण घरी येऊन बघतो तर काय, घराच्या दिवाणखान्यात समोरच साईबाबांची तसवीर तशीच राहिली होती. नेमकी हीच तसवीर कशी राहिली याचे आश्चर्य वाटून आता काय करावे याचा सल्ला मी मौलवींचे चेले इस्मू मुजावर यांना विचारला. त्यांनी ती तसवीर तुम्हाला द्यायला सांगितली. त्यासाठी मुद्दाम ते स्वत: माझ्याबरोबर तुमच्याकडे आले होते. त्या दिवशी ती तसवीर तुम्हाला देताना मला प्रत्यक्ष साईबाबांनाच तुमच्या हाती देत आहे, असे मला वाटत होते.'

'आपल्या घरातून प्रत्यक्ष साईबाबांना बाहेर काढल्याचा तुम्हाला खूप खेद

झाला असेल ना? साईबाबांविना तुमचे घर आता तुम्हाला ओकेबोके वाटत असेल. हेमाडपंतांना अली महंमदची कीव आली.

यावर 'साईबाबा हेच आपल्या देहाचा आत्मा आहेत; तेच ज्ञान शिकवितात, भक्ती करून घेतात आणि हातून कर्मही त्यांच्याचमुळे होते हीच आपली भावना', असे म्हणून अली महंमदने आपल्या भक्तीचा दाखला दिला.

●●●

आत्मा साईबाबा

देह आमुचा शिर्डी पावन आत्मा साईबाबा
ज्ञान, भक्ती अन् कर्माचे हे मार्ग जीवनी दावा ॥धृ॥

ब्रह्म एकले बीज जाहले
प्रसवुन आत्मा सार्थ जाहले
अद्वैताची जाण द्यावया
ज्ञानमार्ग हा माझा ॥१॥

देहधर्म हा कर्म कराया
सार्थ जीवना नच फल आशा
देह समर्पित आर्त मनाचा
कर्ममार्ग हा माझा ॥२॥

जन्म ही साई, साई जीवन
श्वास साईचा साई मिलन
कणक्षण माझा साईबाबा
भक्तिमार्ग हा माझा ॥३॥

•••

निर्वाण

रामचंद्र पाटील आपल्या प्रदीर्घ दुखण्याने जर्जर झाले होते. देहाचे क्लेश आता सहन होईनात. आता जीवन संपेल तरच या दुखण्यातून मुक्ती मिळेल असा विचार त्यांच्या मनात घर करू लागला. पण आत्महत्या हे तर महत्पाप! जीवन संपवायला साईबाबा आज्ञा देतील तरच या पापापासूनदेखील मुक्ती मिळू शकेल असा विश्वास मात्र त्यांच्या मनात होता. त्यासाठी रात्रंदिवस ते साईबाबांची आळवणी करत होते.

सन १९१६, शके १८३६ च्या विजयादशमीच्या रात्री साईनाथांनी रामचंद्र पाटलांना स्वप्नदर्शन दिले.

'बाबा, आता हे दुखणं नाही सहन होत; आता या देहापासून मुक्ती द्या.' पाटलांनी मोठ्या काकुळतीने करुणा भाकली.

'तुझं दुखणं संपलं रे,' बाबांनी त्यांना आश्वासन दिले. 'पण मला त्या तात्या कोतेची काळजी वाटते. बरोबर दोन वर्षांनी त्याचा देहान्त होणार बघ.'

अन् बाबा अंतर्धान पावले.

आणि काय सांगू भक्तहो, त्यानंतर खरोखरीच रामचंद्र पाटलांची दुखण्यातून सुटका झाली.

दोन वर्षे गेली. दसऱ्याचा दिवस जवळ येऊ लागला आणि रामचंद्र पाटलांचे धाबे दणाणले. तात्या कोतेही खूपच आजारी पडला.

इकडे बाबांनाही खोकल्याचा किरकोळ त्रास होऊ लागला.

त्यातच अब्दुलच्या हातून बाबांची वीट पडून फुटली आणि बाबा कळवळून विव्हळले, 'वीट न फुटली, भाग्यचि तुटले.'

दसरा उजाडला आणि पाहता पाहता तात्याचा आजार पळाला; बाबांचा खोकला मात्र खूपच बळावळा. दुपारी दशमीची तीथ ओसरून एकादशी लागली,

मोहरम सुरू झाला आणि बाबांनी आपल्या जवळच्या सर्व भक्तांना जेवायला घरोघरी पाठवून दिले. लक्ष्मी मात्र तिथून हलेना. तिने बाबांना भाकरीचा घास भरविला. तो खाऊन बाबांनी तिच्या हातावर प्रथम चार आणि नंतर पाच असे नऊ रुपये सोडले आणि त्यांनी देहाचा त्याग केला.

जाता जातादेखील बाबांनी आपल्या देहाच्या अंत्यसंस्कारासाठी हिंदू-मुस्लिमांनी वाद न घालता, कोणत्याही प्रकारच्या शोकसभा न भरविता आपला देह बुट्टींनी बांधलेल्या वाड्यात ठेवून द्यावा, अशी इच्छा प्रकट केली.

अखेरच्या दिवसांत बाबांनी आपल्या भक्तांना दोन वचने दिली, 'तुर्वतीतून देखील माझी हाडे-काडे सदैव तुमचे रक्षण करतील आणि मी आठ वर्षांनी पुन्हा परतून येईन - बाळरूपाने!'

त्याच वेळी पंढरपूरला दासगणूंना स्वप्नदर्शन देऊन बाबा त्यांना म्हणाले, 'शिर्डीतले तेली-वाणी मातले आहेत. आता मशीद ढासळून गेली आहे. मी आता या देहाला सोडून जातो आहे. तू आता ताबडतोब शिर्डीला येऊन बखरीवर फुले वहा.'

●●●

निर्वाण

धाव घेई रे पुष्प घेऊनी बखळी वाट पहातो
मशीद गेली ढासळुनिया देहा सोडुनी जातो ॥धृ॥

शिर्डीमाजी बहुत काढला लोकसंग्रही काळ
तात्या नामे सूचित केली निर्वाणाची वेळ
निर्गुण शाश्वत तुम्हासवे मी वचनबद्धही होतो
मशीद गेली ढासळुनिया देहा सोडुनी जातो ॥१॥

लक्ष्मीजवळी सोडत आहे अखेरची दक्षिणा
नवविध भक्ती अथवा पूजन नवरात्राचे म्हणा
श्रद्धा-सबुरी या संदेशा तुम्हा मनी जिरवितो
मशीद गेली ढासळुनिया देहा सोडुनी जातो ॥२॥

मुस्लिम आणिक हिंदूही मी अन्यभाव तोडतो
सर्वधर्म हे एकचि असती भेद न मी जाणतो
आपुलकीचे जतन कराया रोप इथे लावितो
मशीद गेली ढासळुनीया देहा सोडुनी जातो ॥३॥

विजयादशमी श्रेष्ठ पवित्र मुहूर्त शिलंगणा
सदाचार सोने घेउनिया आलो मी अर्पिण्या
काया शिणली कार्य संपले भक्तहृदयी राहतो
मशीद गेली ढासळुनीया देहा सोडुनी जातो ॥४॥

विन्मुख होऊनी कर्तव्याला नको शोक ना सभा
तुर्वतीतही जागृत राहीन तुमच्या पाठी उभा
काळ जाऊ दे वर्षें आठ पुन्हा परतुनी येतो
मशीद गेली ढासळुनिया देहा सोडुनी जातो ॥५॥

● ● ●

www.ingramcontent.com/pod-product-compliance
Lightning Source LLC
Chambersburg PA
CBHW021450240626
47154CB00005B/1784
* 9 7 8 9 3 5 1 1 7 0 7 1 6 *